നിറയെ പൂക്കളുള്ള
പില്ലോക്കവർ

Niraye pookalulla pillocover
Stories

Aliyar Makkiyil

CHINTHA PUBLISHERS
Thiruvananthapuram

First Edition
January 2022

Published & Typesetting
Chintha Publishers, Thiruvananthapuram

Cover Design
Vinod Mangoes

ISBN : 978-93-90301-98-0

CO - 3068 / 5792

Email: chinthapublishers@gmail.com
Website: www.chinthapublishers.com

A vertion is available at National Libraries
Kolkata, Mumbai, Chennai and Delhi

Distribution
DESHABHIMANI BOOKHOUSE
H O Thiruvananthapuram 695035

Branch
Head Office Kunnukuzhi • Statue Thiruvananthapuram
KSRTC Bus Terminal Thampanoor • Saphalyam Complex Thiruvananthapuram
KSRTC Bus Station Alappuzha • KSRTC Bus Station Ernakulam
Machingal Lane Thrissur • IG Road Kozhikode
Mavoor Road Kozhikode • NGO Union Building Kannur
Central Bus Terminal Complex Thavakkara Kannur

നിറയെ പൂക്കളുള്ള പില്ലോക്കവർ

(കഥകൾ)

അലിയാർ മാക്കിയിൽ

ചിന്ത പബ്ലിഷേഴ്സ്
തിരുവനന്തപുരം-695 035

അലിയാർ മാക്കിയിൽ

ആലപ്പുഴ ജില്ലയിലെ പുന്നപ്രയിൽ ജനനം.
അറവുകാട് ഹൈസ്കൂൾ, ആലപ്പുഴ എസ് ഡി കോളേജ് എന്നിവിടങ്ങളിൽ വിദ്യാഭ്യാസം. സംസ്ഥാന ആസൂത്രണബോർഡിൽ പ്ലാൻ പബ്ലിസിറ്റി ആഫീസറായിരിക്കെ സർക്കാർ സേവനത്തിൽനിന്നു വിരമിച്ചു. നാടക പ്രവർത്തകനാണ്. ലൈബ്രറി കൗൺസിൽ ആലപ്പുഴ ജില്ലാ പ്രസിഡന്റ്, പുരോഗമന കലാസാഹിത്യസംഘം സംസ്ഥാന കൗൺസിൽ അംഗം, കലാകാരസംഘടനയായ 'സവാക്'ന്റെ സംസ്ഥാന പ്രസിഡന്റ്, തകഴി സ്മാരക സമിതി അംഗം തുടങ്ങിയ ചുമതലകൾ നിർവ്വഹിക്കുന്നു.

കൃതികൾ *അറിയില്ലല്ലോ* (കാഴ്ചപ്പാടുകൾ), *പാടവരമ്പത്ത്* (കഥകൾ), *പുഴവീട്* (കവിതകൾ)

പിതാവ് : പുന്നപ്ര മാക്കിയിൽ എം എച്ച് മുസ്തഫ
മാതാവ് : മണ്ണഞ്ചേരി തറയിൽകടവിൽ ബീഫാത്തിമ
ഭാര്യ : എ സുബൈദ
മക്കൾ : സൂര്യ എസ് (ആലപ്പുഴ ലജനത്തുൽ മുഹമ്മദീയ ഹയർ സെക്കന്ററി സ്കൂൾ അദ്ധ്യാപിക)
ബിലാൽ എ എം (എഞ്ചിനീയർ ടി സി എസ്)
മരുമകൾ : ഫൗസിയ ഫാറൂഖ് (എഞ്ചിനീയർ, യു എസ് ടി)
കൊച്ചുമക്കൾ: നിധി, പർവേസ്
വിലാസം : ജ്യോതിസ്,
പുന്നപ്ര പി ഒ,
ആലപ്പുഴ 688004.
e-mail : aliyar.m.makkiyil@gmail.com
FB : Aliyar Makkiyil
Phone : 0477 2287742, 9895201874

ഉള്ളടക്കം

പ്രസാധകക്കുറിപ്പ്

നാട്യങ്ങൾ ഏതുമില്ലാതെ സ്വന്തം ചുറ്റുപാടുകളിൽ നിന്നും അടർത്തിയെടുത്ത കഥകളുടെ സമാഹാരമാണിത്. മതാത്മകത സകല മേഖലകളിലും പിടിമുറുക്കുമ്പോൾ പരസ്പരാശ്രിത ജീവിതത്തെ ഉദ്ഘോഷിക്കുകയാണീ കഥ കൾ. ഈ സമാഹാരത്തിലെ കഥകൾ അതിരുകളില്ലാത്ത മനുഷ്യത്വത്തിന്റെ ഉദ്ഘോഷങ്ങളാണ്. പുതുവഴികൾ വെട്ടി ത്തുറക്കുന്ന പുതുകാല കഥകളോടു കലഹിച്ച്, ആടയാഭ രണങ്ങൾ അഴിച്ചുവച്ച് യാഥാർത്ഥ്യങ്ങളെ സൂക്ഷ്മമായി വിശകലനം ചെയ്യുന്ന രീതി ഈ സമാഹാരത്തിലെ കഥ കളിൽ കണ്ടെത്താം. രാഷ്ട്രീയം ഈ കഥകളിൽ ശക്തമായ അന്തർദ്ധാരയായി വർത്തിക്കുന്നു.

ചിന്ത പബ്ലിഷേഴ്സ്

സമർപ്പണം

പ്രസാദാത്മകവും പ്രചോദനാത്മകവുമായ ജീവിതംകൊണ്ട്
സൗഹൃദങ്ങളേയും കുടുംബാദികളേയും ഒപ്പം കൂട്ടിയ എന്റെ
പിതൃ സഹോദരന്മാർ
എം എച്ച് അബ്ദുൽ റഹുമാൻ കുഞ്ഞ് മാക്കിയിൽ,
എം എച്ച് ആദംകുട്ടി മാക്കിയിൽ
മാനവികതയുടെ കഥകൾ പറഞ്ഞ്, ചരിത്രം പറഞ്ഞ് എനിക്ക് എഴു
ത്തിന്റേയും കലയുടേയും ലോകത്ത് തുടരാനുള്ള ഊർജ്ജം നല്കി.
പുരോഗമന പക്ഷത്തു നിലയുറപ്പിച്ചിരുന്ന അവരുടെ സൗമ്യമായ
സ്മരണയ്ക്കുമുന്നിൽ ഈ കൃതി സമർപ്പിക്കുന്നു.

ആമുഖം

കഥയുടെ ആദിരൂപം മുത്തശ്ശിക്കഥകളാണ്. പലതും ഭാവനാത്മകവും കാല്പനികവുമാണ്. എന്നാൽ യുക്തിഭദ്രമായ പ്രമേയങ്ങൾ, അമാനുഷികതയില്ലാത്ത കഥാപാത്രങ്ങൾ, തൊട്ടുണർത്തുന്ന ജീവിത പരിസരം, ധ്വന്യാത്മകമായ ആഖ്യാനം, ജീവിതത്തിന് ഉൾക്കാഴ്ച നല്കാനുള്ള പ്രാപ്തി ഇതൊക്കെ കഥകളിൽ പ്രതീക്ഷിക്കുന്നുണ്ട്. ഇക്കാലത്ത് വിശ്വസനീയമല്ലാത്തതിനെ കഥ എന്ന് പറയുന്നു. നാടകവും ജീവിതത്തിൽ നിന്ന് വഴിമാറി നില്ക്കുന്നത്, ഊതി വീർപ്പിച്ചത് എന്ന അർത്ഥത്തിൽ പ്രയോഗിച്ചു വരുന്നുണ്ട്.

സത്യമതാണോ? അതാതു കാലത്തിന്റെ നേരുകളാവണം കലയും സാഹിത്യവും. കൂടുതൽ പ്രകാശമുള്ള സമൂഹവും പ്രകൃതിയുടെ പ്രകൃതിദത്തമായ നിലനില്പും രചനകളിലൂടെ വികസിപ്പിച്ചെടുക്കുക എന്നത് എഴുത്തുകാരന്റെ കടമയാകേണ്ടതാണ്.

മാനവികതയുടെ പക്ഷം ചേരുക.

നിറയെ പൂക്കളുള്ള പില്ലോക്കവർ

ദുർബ്ബലമാകുന്ന മാനവികതയെ ചുറ്റിപ്പറ്റിയുള്ള വേവലാതിയാണ്.

സ്വത്വപ്രതിസന്ധിയും, അവഗണിക്കപ്പെടുന്നവന്റെ സങ്കടവും പ്രതിഷേധവും പ്രതികരണവും ഒക്കെയാണ് *നിറയെ പൂക്കളുള്ള പില്ലോക്കവർ.*

കഥകൾ അത്ര കല്പിതമല്ല.

കേഴ്‌വിയും കാഴ്ചകളുമാണ് രൂപപരിണാമത്തിന് വിധേയമായിട്ടുള്ളത്. പരമാവധി റിയലിസ്റ്റിക് ആകണമെന്ന നിർബ്ബന്ധവും കണ്ടേക്കാം. ഭാഷ ലളിതമാണ്. കഠിനപദങ്ങൾ എന്റെ നിഘണ്ടുവിലില്ല. അമിതമായ സാഹിത്യ പ്രയോഗങ്ങൾ ഒഴിവാക്കാൻ ശ്രമിച്ചിട്ടുണ്ട്. ഭൂതകാലത്തിലെ

നന്മകളിൽ ചിലത് പുനരാവിഷ്കൃതമായിട്ടുണ്ട്.

സങ്കുചിത ദേശീയത, വർഗ്ഗീയത, ധനാധിപത്യം തുടങ്ങിയ അശ്ലീലങ്ങളെ എതിർക്കപ്പെടേണ്ടതാണെന്ന ബോദ്ധ്യം കഥകളിലുണ്ടാകാം. അതിൽ ഒത്തുതീർപ്പൊന്നുമില്ല. നമ്മളല്ലാതെ മറ്റാരാണ് സുഹൃത്തുക്കളേ ഈ വിളക്ക് ജ്വലിപ്പിക്കുക?

ബഷീറും തകഴിയും വിജയനും ഷിഹാബുദ്ദീനും നിരവധി പ്രതിഭകൾ സമ്പന്നമാക്കിയ മലയാള കഥാലോകത്ത്, യാതൊരു അവകാശവാദവുമില്ലാതെ ഞാനും എഴുതുന്നു,

എന്റെ ശൈലിയിൽ.

സ്വീകരിക്കുമെന്ന പ്രതീക്ഷയിൽ.

ഈ കൃതി പ്രസിദ്ധീകരിക്കാൻ തയ്യാറായ ചിന്ത പബ്ലിഷേഴ്സിന്റെ ബഹുമാന്യരായ ചുമതലക്കാർ ജനറൽ മാനേജർ കെ ശിവകുമാർ, സബ് എഡിറ്റർ എസ് എഡിസൺ എന്നിവരോടുള്ള നന്ദി രേഖപ്പെടുത്തുന്നു.

മലയാളത്തിന്റെ പ്രിയ കഥാകാരൻ പി ജെ ജെ ആന്റണിയാണ് അവതാരിക എഴുതിയത്. മുഖംനോക്കാതെ എഴുതുകയും പറയുകയും ചെയ്യുന്ന, രചനകളിലെ പുതുമകൊണ്ട് ആസ്വാദകനെ കീഴടക്കുന്ന പി ജെ ജെയോടുള്ള ആദരവ് രേഖപ്പെടുത്തുന്നു. വായനാനുഭവം കുറിച്ച മൈത്രി ബഷീർ, മൈത്രി ഗ്രാഫിക്സിലെ റോഷൻ ബഷീർ, സഹോദരപുത്രി ആദിലാ കബീർ, ജോബ് ജോസഫ്, ജാകിലിൻ ടീച്ചർ എല്ലാവരോടുമുള്ള ഇഷ്ടം സൂക്ഷിച്ചുകൊണ്ട് *നിറയെ പൂക്കളുള്ള പില്ലോക്കവർ* വായനക്കാരിലേക്കെത്തിക്കുന്നു.

ശുഭപ്രതീക്ഷയോടെ

അലിയാർ മാക്കിയിൽ

കഥയും അതിജീവനവും

പി ജെ ജെ ആന്റണി

മൊഴി ഉരുവപ്പെടാൻ തുടങ്ങിയ കാലംമുതൽ കഥ നമുക്കൊപ്പമുണ്ട്. മാനവന്റെ ഏറ്റവും പഴക്കവും മുഴക്കവുമുള്ള ആഖ്യാന മാതൃകയും കഥ തന്നെയാണെന്ന് വാമൊഴിയുടെ ചരിത്രം നമ്മോട് പറയുന്നു. അതിപുരാതനങ്ങളായ ചൊൽക്കെട്ടുകൾക്ക് പോലും കഥയുടെ സുഗന്ധമുണ്ടല്ലോ. ഓർമ്മയുടെ അനാദിയായ ശേഖരിപ്പുകളിൽ ഊറിക്കൂടിക്കിടക്കുന്നതിനെല്ലാം കഥയുടെ മാന്ത്രിക സ്പർശമുണ്ട്. മനുഷ്യരുടെ സകല ഇന്ദ്രിയങ്ങളേയും തൊടാനും ഉണർത്താനും ഉത്തേജിപ്പിക്കാനും കഥയ്ക്ക് പ്രാപ്തിയുണ്ട്. കഥയെ അനാദിയായി നിലനിർത്തിപ്പോരുന്നതും ഈ പ്രാപ്തി തന്നെ. മുത്തശ്ശിക്കഥകളും നാടോടിക്കഥകളും *പഞ്ചതന്ത്രം* പോലുള്ള അമരക്കഥകളുമെല്ലാം ഇതിന് സാക്ഷി. ചിപ്പിക്കുള്ളിൽ സമുദ്രം മുഴങ്ങുന്നതുപോലെ മനുഷ്യാവസ്ഥ കഥയിൽ തുടിച്ചുനില്ക്കുന്നു. എഴുത്തിന്റെ ഇതരരൂപങ്ങളായ നോവലിലും നാടകത്തിലും കവിതയിലുമെല്ലാം കാല്പനികതയും റിയലിസവും സർറിയലിസവുമെല്ലാം അരങ്ങ് തകർക്കുമ്പോൾ പലപ്പോഴും ജീവിതത്തിന്റെ സമഗ്രതയേക്കാൾ അതിന്റെ സവിശേഷ ഘടകങ്ങളും ചാരുതകളും അവയിൽ ആധിപത്യംനേടുന്നു. അവയിലാകും ഘടകം ഏറെ പൊലിക്കുക. അതോടെ എഴുത്തിന്റെ നോട്ടം കുറുകുന്നു. വിസ്താരം ഇടുങ്ങുന്നു. കഥയ്ക്കും ഇതിൽനിന്നും ഒഴിയാനാവില്ലെങ്കിലും ചിപ്പിക്കുള്ളിൽ സമുദ്രത്തെ ആവാഹിക്കാനുള്ള മോഹം ഒഴിയാബാധ പോലെ കഥയുടെ ആഖ്യാനതന്ത്രത്തിൽ ഉൾച്ചേർന്നിരിക്കുന്നതിനാൽ സമഗ്രത പാടേ തിരസ്കൃതമാകുന്നില്ല.

സമകാല മലയാളകഥയിൽ ഈ ദൗർബല്യങ്ങൾ പ്രകടമാണ്. നമ്മുടെ കഥയിൽനിന്നും മനുഷ്യാവസ്ഥകളെച്ചൊല്ലിയുള്ള നിതാന്തമായ ആലോചനകളും ആകാംക്ഷകളും നാടുനീങ്ങുന്നത് നാം കണ്ടില്ലെന്ന്

നടിക്കുകയാണ്. കഥയെഴുത്തുകാരുടെ പുതിയ തലമുറ ഉപരിപ്ലവതയിൽ മുച്ചൂടും അഭിരമിക്കുന്നത് കാണാതിരിക്കുന്നതെങ്ങനെ.? അരികുവല്ക്കരിക്കപ്പെട്ടവരുടെ ജീവിതങ്ങളുടെ ആവിഷ്കാരം നടാടെയാണെന്ന ഭാവത്തിൽ വിരാജിക്കുകയാണ് സമകാല മലയാള കഥയിൽ. പോഞ്ഞിക്കര റാഫി മുതലുള്ള നമ്മുടെ എഴുത്തുകാർ അവരവരുടേതായ രീതിയിൽ തങ്ങളുടെ എഴുത്തിൽ നിസ്വജീവിതത്തെ ആവിഷ്കരിച്ചിട്ടുണ്ട്. അവരുടെ പേരുകളും രചനകളും എഴുതാൻ തുടങ്ങിയാൽ ഇടം തികയാതാവും. അങ്ങനെയെങ്കിൽ പിന്നെയെന്താണ് സമകാല കഥയിലെ നിസ്വജീവിതാവിഷ്കാരങ്ങളെ പൊലിപ്പിക്കുന്നത്. ആ ചമല്ക്കാരങ്ങളിൽ ആദ്യത്തേത് മൊഴിതന്നെ. ഗ്രാമ്യമൊഴി വഴക്കങ്ങളെ കൃത്രിമമായി പരുവപ്പെടുത്തി അതിനെ മാനവഭാഷയിൽനിന്ന് ഏറെ അകലെയാണെന്ന് കാണിക്കാനുള്ള വെമ്പൽ ഈ പുത്തങ്കൂറ്റുകാർക്കുണ്ട്. ഒപ്പം തെറിയും കാമവും സ്ഥാനത്തും അസ്ഥാനത്തും ആഖ്യാനത്തിൽ കലർത്തുന്നു. നിഷ്കളങ്കരായ തോട്ടികളും അതിപരുക്കന്മാരായ ഇറച്ചിവെട്ടുകാരും ഈ കഥകളിൽ കർത്തൃസ്ഥാനങ്ങളിൽ വരുന്നു. ജീവിതത്തിൽ നിന്നും തിരോഭവിച്ച നിറക്കൂട്ടുകളിലാണ് ഇവരുടെ വിളയാട്ടങ്ങൾ തെളിയുന്നത്. അരികുവല്ക്കരിക്കപ്പെട്ടവരുടെ ജീവിതം പകർത്തുകയാണെന്ന് മേനിപ്പെടുമ്പോഴും ചുറ്റുമുള്ള ജീവിതനാടകവേദിയിൽ ഇവർ അസന്നിഹിതരാണെന്നത് ശ്രദ്ധിക്കപ്പെടാതെ പോകുന്നു. കഥയുടെ ആന്തരികതയെ തളർത്തുന്ന ഇത്തിൾക്കണ്ണികൾപോലെ ഇവ പൂത്ത് തളിർത്തു നില്ക്കുന്നു. ഇനിയുമെത്രകാലം ഇതു തുടരുമോ. അതോ പ്രബലരേയും തെറ്റിദ്ധരിപ്പിച്ച പുരോഗമന ചമല്ക്കാരം പോലെ വേഷപ്പകർച്ചകളോടെ ഇതും ദീർഘകാലം തുടരുമോ?

അലിയാർ മാക്കിയിലിന്റെ കഥകളെ ഈ വൈറസുകൾ തീണ്ടിയിട്ടില്ലായെന്നത് ആശ്വാസകരമാണ്. വരമ്പും താണ്ടി കണ്ടത്തിലേക്കിറങ്ങിയ കർഷകന്റെ മിഴികളോടെയാണ് അദ്ദേഹത്തിലെ കഥാകാരൻ ജീവിതത്തെ കാണുന്നത്. ചെളി കാണുമ്പോഴും കള നീക്കുമ്പോഴും ഞാറിലാണ് ശ്രദ്ധ, അതിന്റെ പോഷണത്തിനാണ് ഊന്നൽ. ഗ്രന്ഥശാലാ സംഘത്തിന്റെ ജില്ലാ അദ്ധ്യക്ഷനായിരിക്കുമ്പോഴും പുരോഗമന സാഹിത്യസംഘത്തിന്റെ പ്രവർത്തകനായിരിക്കുമ്പോഴും പോയ കാലത്തിന്റെ നന്മകളിൽ അഭിരമിക്കുന്ന മനോഭാവം അദ്ദേഹത്തിലെ കഥാകാരൻ അഴിച്ചുവയ്ക്കുന്നില്ല. ഗൃഹാതുരത്വമാണ് അദ്ദേഹത്തിന്റെ രചനകളുടെ കഥനമുദ്ര. അതിലൂടെ നൂണ്ട് കടന്ന് ഭാവിയെ കാണാനുള്ള എഴുത്തിന്റെ അവിഭാജ്യമായ വ്യഗ്രത അസന്നിഹിതമാകുന്നുമില്ല.

ഈ സമാഹാരത്തിലെ ആദ്യ കഥയായ 'ബീയുമ്മ' അലിയാരുടെ എഴുത്തിന്റെ കുലചിഹ്നമായി മിനുങ്ങുന്നുണ്ട്. പഴയൊരു മുസ്ലിം തറവാടിന്റെ പശ്ചാത്തലത്തിൽ സമകാലത്തെ എഴുതാനാണ് കഥാകാരന്റെ ഉദ്യമം. ഫ്യൂഡലിസത്തിന്റെ നന്മകൾ കസവായി സ്വീകരിക്കപ്പെടുമ്പോഴും അലിയാരിലെ കഥാകാരൻ അതിൽ കുടുങ്ങിപ്പോകുന്നില്ല. നാടുവാഴിത്തം

ജനാധിപത്യത്തിലേക്ക് സംക്രമിക്കുന്നതിലെ വെല്ലുവിളികളും സമ്മർദ്ദങ്ങളും കഥാകാരൻ കാണുകയും അവയെ രേഖപ്പെടുത്തുകയും ചെയ്യുന്നു. അതിലെ പക്ഷം ചേരലിലാണ് അലിയാരിലെ എഴുത്തുകാരൻ ഭാവിയെ പരുവപ്പെടുത്താനുള്ള ഉദ്യമങ്ങളെ പ്രകാശിപ്പിക്കുന്നത്. 'ബീയുമ്മ' അതിൽ ഉൾച്ചേർന്നിരിക്കുന്നവർ അറിഞ്ഞും അറിയാതെയും പുതുക്കപ്പെടുന്നത് ഈ കഥ വ്യഞ്ജിപ്പിക്കുന്നു. ജന്മിത്തത്തിന്റെ ആടയാഭരണങ്ങൾ ഒഴിയാത്ത ഒരു തറവാട്ടിലേക്ക് മത യാഥാസ്ഥിതികതയെ താലോലിക്കുന്ന നവസമ്പന്ന കുടുംബത്തിൽനിന്നും ഒരു വധു വരുന്നു. ക്രമേണ രണ്ട് കുടുംബങ്ങൾക്കിടയിൽ ഉടലെടുക്കുന്ന സംഘർഷങ്ങളാണ് കഥാബീജം. മതേതരത്വവും മതമൗലികവാദവുമായുള്ള ഏറ്റുമുട്ടലായി അത് പരിണാമപ്പെടുന്നു. ഈ സമാഹാരത്തിലെ പ്രാതിനിദ്ധ്യ സ്വഭാവമുള്ള മികച്ച രചനയാണ് ഈ കഥ.

കൊറോണക്കാലം പശ്ചാത്തലമാകുന്ന കഥയാണ് കൊരോതം. ക്രോധം എന്ന വാക്കിന്റെ ഗ്രാമ്യരൂപമാകണം കൊരോതമെന്ന് കരുതാം. മനുഷ്യർക്കിടയിൽ തിന്മ പെരുക്കുമ്പോൾ അവരെ നല്വഴികളിലേക്ക് ആകർഷിക്കാനായി ഈശ്വരൻ കൊരോതം അയക്കുമെന്ന് ഉറപ്പായി കരുതുന്ന ഖദീസുമ്മയെന്ന നാട്ടിൻപുറത്തുകാരിയാണ് ആഖ്യാന കേന്ദ്രം. കൊറോണ എന്ന വൈറസിനെ ദൈവക്രോധമായി അവർ എണ്ണുന്നു. മതസൗഹാർദ്ദവും മാനുഷികതയും ആ അമ്മയ്ക്ക് ഏറെ പ്രിയം. അങ്ങനെയൊരു ലോകത്തിനായി അവർ കിനാവു കാണുന്നു. പടച്ചവർ കൊരോതം അയക്കാൻ തിടുക്കപ്പെടാത്ത ലോകം. ഖദീസുമ്മയുടെ കഥാപാത്ര നിർമ്മാണം മിഴിവുറ്റതാണ്.

'അടിക്കുറിപ്പില്ലാത്ത ചിത്രങ്ങൾ' എന്ന കഥ ഇതിവൃത്ത സ്വീകരണത്തിൽ വേറിട്ട് നില്ക്കുന്നുണ്ട്. ആദിവാസികൾ ഉൾപ്പെടെയുള്ള പാർശ്വവല്കൃത ജനതകളുടെ അതിജീവനത്തിന്റെ കഥയാണ് 'ആഖ്യാന ഭൂമിക.' വർഗ്ഗീസ് എന്ന നക്സൽ വിപ്ലവകാരിയുടെ പോരാട്ടവും ജീവത്യാഗവും ആസ്പദമാക്കി കഥാതന്തു വികസിപ്പിച്ചിരിക്കുന്നു. ഓർമ്മകളെ സ്രോതസ്സായി സ്വീകരിച്ചുകൊണ്ട് ആഖ്യാനത്തെ ബലപ്പെടുത്താനും വിപുലപ്പെടുത്താനുമുള്ള കഥാകാരന്റെ പരിശ്രമം ഫലവത്തായിട്ടുണ്ട്. ഒരു പെൻഡുലംപോലെ വർത്തമാനത്തിൽനിന്നും ഭൂതകാലത്തിലേക്കും ഭാവിയിലേക്കും സഞ്ചരിക്കുന്ന ആഖ്യാനശില്പം നിലവാരമുള്ളതാണ്.

സമകാലത്തിന്റെ ചൂടും ചൂരുമുള്ള കഥയാണ് 'പീടിക.' മാളുകളും സൂപ്പർ മാർക്കറ്റുകളും ദയാരഹിതമായി നാടൻ പീടികകളെ തിന്നൊതുക്കുന്ന ഈ കാലയളവിൽ ഇതും ഒരു അതിജീവനത്തിന്റെ കഥയാണ്. നിലനില്പിനെത്തന്നെ കടലെടുക്കുന്നത് നിസ്സഹായനായി കണ്ടുനില്ക്കേണ്ടിവരുന്ന ഒരു നാട്ടിൻപുറത്തുകാരൻ പീടികയുടമ. കോർപ്പറേറ്റുകളല്ല സർക്കാർ സംവിധാനത്തിൽ കൊഴുത്തുനില്ക്കുന്ന ഇൻകംടാക്സ് പോലുള്ള വകുപ്പുകളുടെ മനുഷ്യ വിരുദ്ധതയും ധനാസക്തി

യുമാണ് ഇവിടെ വില്ലൻ വേഷം അണിയുന്നത്. നാലുഭാഗത്തുനിന്നും ഞെരുക്കപ്പെടുന്ന ഗ്രാമീണ സമ്പദ് വ്യവസ്ഥയുടെ നിസ്സഹായത ഈ ആഖ്യാനത്തിൽ സങ്കടരാശിയായി എഴുതപ്പെടുന്നു.

ആഖ്യാന ശൈലിയിലും മൊഴിവഴക്കങ്ങളിലും സമകാല കഥ നടത്തുന്ന കുതിപ്പുകൾ ഈ കഥകളിൽ വേണ്ടത്ര തെളിയുന്നില്ലെങ്കിലും കഥയുടെ പരമ്പരാഗതവഴികളിലെ തെളിച്ചവും വഴക്കവും ഇവിടെയുണ്ട്. മാനുഷികതയോട് ചേർന്നുനിന്നുകൊണ്ട് ദുർബ്ബലരുടെ പ്രതിസന്ധികളേയും നിസ്സഹായതകളേയും എഴുതുന്നതിലാണ് അലിയാർ മാക്കിയിലിന് പ്രിയം. അവിടെ അദ്ദേഹം ഒത്തുതീർപ്പുകൾക്ക് സന്നദ്ധനാകുന്നില്ല. ഫിക്ഷനെ സംബന്ധിച്ചുള്ള തന്റെ ധാരണകളോട് ഇണങ്ങിപ്പോകുന്ന മൊഴി വഴക്കങ്ങളും ഇതിവൃത്തങ്ങളും സമരസപ്പെടുത്തി സ്വന്തം കഥാലോകം ഉരുവപ്പെടുത്തുന്ന ഒരു എഴുത്തുകാരനെ ഈ ആഖ്യാനങ്ങളിലെമ്പാടും നമുക്ക് സന്ധിക്കാനാവുന്നുണ്ട്. അത്രയും നല്ലത്.

സമർപ്പിതനായ ഈ എഴുത്തുകാരനിൽനിന്നും എഴുത്തിന്റെ ലോകം കൂടുതലാവശ്യപ്പെടുന്നുണ്ട്. സാംസ്കാരിക പ്രവർത്തകനും കലാസാഹിത്യ പ്രവർത്തനങ്ങളുടെ സംഘാടകനുമായി സജീവമായി ഇടപെടുമ്പോഴും അലിയാർ മാക്കിയിൽ തന്റെ ഉള്ളിലെ സർഗ്ഗാത്മക ചോദനകളെ ഓരങ്ങളിലേക്ക് ഒതുക്കുന്നുണ്ടെന്ന് സാഹിത്യ മേഖലയിലെ അദ്ദേഹത്തിന്റെ സുഹൃത്തുക്കളും അഭ്യുദയകാംക്ഷികളും കരുതുന്നു. അത് എഴുത്തിന്റെ നഷ്ടമാണ്. ചുറ്റും നിലവിലുള്ള ലോകത്തെ മികവുകളിലേക്ക് പരിഷ്കരിക്കുന്നതിന്റെ സമൂഹോന്മുഖമായ തിരക്കിൽ താൻ സ്രഷ്ടാവും കൂടിയാണെന്നത് മറക്കരുതല്ലോ. പുതിയ കുതിപ്പുകൾ എഴുത്തിൽ സാദ്ധ്യമാക്കാൻ ഇനിയും അലിയാർ മാക്കിയിലിന് കഴിയുമെന്ന് തന്നെയാണ് എന്റെ ശുഭപ്രതീക്ഷ.

എല്ലാ ആശംസകളും നേരുന്നു.

ബീയുമ്മ

ബീയുമ്മ കാലുംനീട്ടിയിരുന്ന് നാലുംകൂട്ടി മുറുക്കാൻ തുടങ്ങിയിട്ട് നേരം കുറെയായി. മേത്തര് ചുങ്കത്ത് കൊപ്രാ കൊടുത്ത് മടങ്ങും വഴി ആലപ്പുഴനിന്ന് ഒന്നാംതരം തളിർവെറ്റയും ജാപ്പാണം പൊകലയും ചുണ്ണാമ്പും വാങ്ങിവരും. തോടിന്റെ കരയിൽ അടയ്ക്കാമരം നിരനിര യായി നില്ക്കുന്നു. പഴുത്തടയ്ക്ക എത്ര വേണമെങ്കിലും ആകാം. ലക്ഷ ണമൊത്തവ, എന്താ അഴക്! അധികമുള്ളത് ചെല്ലപ്പൻ ചെട്ടിയാർക്ക് വില്ക്കുകയാണ് പതിവ്. അയാൾ തരുന്നത് വാങ്ങി, മടിശ്ശീലയിൽ വയ്ക്കും. ചെട്ടിയാർക്ക് നാഴിയും ഉരിയയും പോലെ പിള്ളേര് അഞ്ചാ. സുഭദ്ര ദീനക്കാരിയാണ്.

ബീയുമ്മ കോളാമ്പിയിലേക്ക് തുപ്പുകയും കിസ്സകളുടെ കെട്ടുകൾ അഴിക്കുകയുമാണ്. അവരുടെ കൊച്ചുമ്മ അടുത്തിരിപ്പുണ്ട്. ബാപ്പ രണ്ടാമത് കെട്ടിയതാ, ഉമ്മ മരിച്ചതിനുശേഷം. കൊച്ചുമ്മ ബീയുമ്മയ്ക്ക് ഒത്താശ പറഞ്ഞ് കൂടിയിരിക്കയാണ്. ബീ എന്നേ വിളിക്കൂ.

“ബി ആരുടെ പുന്നാരമോളാ? പേരുകേട്ട ജന്മിയുടെ മോള്. ആനയും അമ്പാരിയും ഉണ്ടായിരുന്ന തറവാടാ. പടിപ്പുര തന്നെ എത്ര ശേലാർന്ന്. പടിപ്പുരപ്പടീന്ന് വലിയ വള്ളത്തിലോട്ട് കാലെടുത്ത് വെയ്ക്കാം. സിംഹാ സനംപോലത്തെ കസേര, പരിചാരകര്.” തോട്ടു മീനുകൾ കുശലം പറഞ്ഞ് കിണുങ്ങുന്നത് നല്ല കാഴ്ചയാണ്. തോട്ടിലെ വെള്ളവും വള്ള ങ്ങളും സദാ ഒഴുകുകയാണ്. നാലായിരം ഏക്കർ തെങ്ങിൻ പുരയിട ത്തിലെ തേങ്ങയും കൊതുമ്പും ഓലയുമായി വേമ്പനാട്ടു കായലിലൂടെ വള്ളങ്ങൾ പോകുന്നത് കൊച്ചുമ്മ ഓർത്തെടുത്തു. രണ്ടുപെരുന്നാളിനും ഓണത്തിനും മാത്രമാണ് അവധി.

മാടവനത്തോപ്പ്, മറുതാച്ചിക്കൽ തോപ്പ്, വൃക്ഷവിലാസം, ലക്ഷ്മി, ശങ്കരയ്യര് അങ്ങനെ തോപ്പുകളനവധി. നൂറിലധികം ഏക്കറാ ഓരോ

തെങ്ങിൻ തോപ്പുകളും. അതിലൊന്നാ ദേവസ്വത്തിന് പള്ളിക്കൂടം തുടങ്ങാൻ കൊടുത്തത്, നൂറ്റിപ്പത്ത് ഏക്കർ, കിട്ടിയത് വാങ്ങി.

സ്ഥിരം കേറ്റക്കാർ പത്തോ പതിനഞ്ചോ! പരമേശ്വരനാ മൂത്ത പരവൻ. തേങ്ങാ പെറുക്കാൻ കൊച്ചുനാണു, അമ്മത്, ഇട്ട്യാതി... ഒരുപട തന്നെയുണ്ട്.

അട്ടിയില് പൊതിക്കാനും കഴത്താനും ശിവൻ, കുമാരൻ, തോമ, അത്തർ എത്രപേരാ!.

കണക്കെല്ലാം കണക്കപ്പിള്ള പരമുപിള്ളയ്ക്ക് മാത്രമാ അറിയാവുന്നേ. വലിയ ബുക്ക് നിറയെ പേരുകളാ. പരമുപിള്ള പറയുന്നതാ ഏമാന് കണക്ക്.

“പിള്ള കണക്ക് പടശ്ശോനോട് പറഞ്ഞാ മതി. ഞാനതൊന്നും പരിശോധിക്കില്ല.” ഇതാണ് ഏമാന്റെ രീതി.

ആനക്കാരൻ രാവുണ്ണിയും ശിങ്കിടി കാദറസ്സനും. കുതിര വണ്ടി മൂന്ന്, ഉശിരൻ കുതിരകളും. കുതിര വണ്ടിയിലാ മൂപ്പിലാന്റെ സഞ്ചാരം. ചുങ്കത്തേക്ക്, പള്ളിയിലേക്ക്, അടിയന്തിരങ്ങൾക്ക്. ആണ്ടിനും വാവിനും കുതിരവണ്ടി തെങ്ങിൻ തോപ്പുകളിലൂടെ പായുന്നത് കാണാം. മിന്നലു പോലെ.

കല്യാണത്തിന് വെടിക്കെട്ടുണ്ടായിരുന്നു. ശിവകാശീന്നാ അരുണാചലവും കൂട്ടരും വന്നത്. അരുണാചലത്തിന്റെ കൂടെ വന്ന തമ്പിക്കണ്ണ് റാവുത്തരാ നാഗൂർഔലിയായുടെ കിസ്സ വിളമ്പിയത്. റാവുത്തരുടെ വലുപ്പാപ്പ യുദ്ധത്തില് ഷെഹീദായെന്ന്. തിരി കത്തുന്ന കബറുകളിലൊന്ന് വലുപ്പാപ്പായുടേതാണെന്ന്.

പെട്രോമാക്സിന്റെ വെളിച്ചത്തിൽ കുതിരവണ്ടി പുതിയാപ്ലയും പുതിയപെണ്ണുമായി സഞ്ചരിച്ചു. ദഫ്മുട്ടി ഗായകസംഘം മുൻപേ. പരപ്പനങ്ങാടിക്കാരാണവർ. മുത്തുനബിയുടെ മദ്ഹ് ചൊല്ലി. ബദർ രണാങ്കണത്തിലെ വീരചരിത്രം ആവർത്തിച്ചു. വമ്പുറ്റ ഹംസായുടെ ശൂരത്വം ഉച്ചത്തിൽപാടി.

‘വമ്പുറ്റ ഹംസ റളിയള്ളാ
ചാടീട്ടമ്പിയാ സുവദില് മാറെടാ
ബള്ളല് നബി മഹമ്മൂദര് ഹൗളീന്ന്
വെള്ളം കോരിക്കുടിക്കുന്നോനാരടാ
സം സരിഗ സരിഗ ...’

പുതിയപെണ്ണ് അണിഞ്ഞൊരുങ്ങി യാത്രചെയ്യുന്നത് കാണാൻ വഴി നീളേ ആണും പെണ്ണും കാത്തുനില്ക്കുകയാ. വലിയമ്പ്രാ അത്തറിനേയും പരമുപിള്ളയേയും ഏല്പിച്ചിരിക്കയാണ് നാണയക്കിഴികൾ, വാരിക്കോരിക്കൊടുക്കാൻ. പുതിയാപ്ല അന്യതൊന്നുമല്ല. മാമാടെ മോനാ, അബ്ദുറഹ്മാൻ മേത്തര്.

കൊച്ചുമ്മാ തുടരുകയാണ്. ബീ നീട്ടിത്തുപ്പി. ചോരപോലത്തെ തുപ്പല്. ഒന്നാംതരം അടയ്ക്കയും ചുണ്ണാമ്പും വെറ്റിലയും ചേരുംപടി

ചേർത്താൽ രക്തവർണ്ണമാകും. പാക്ക് ചൊരുക്കീന്നാ തോന്നുന്നേ. കൊച്ചുമ്മ കിണ്ടിയിൽ വെള്ളം കൊണ്ടുവന്നു. ബീ രണ്ടു മൂന്നു തവണ വായിൽ വെള്ളംകൊണ്ട് തുപ്പി. വിയർക്കുന്നുണ്ട്.

"എന്റെ ബീ നീയെന്തിനാ ഇങ്ങനെ മുറുക്കുന്നത്?."

"കൊച്ചുമ്മാ, ഒന്നു മുറുക്കിത്തുപ്പുമ്പോള് പഴയകാര്യങ്ങള് തലയിൽനിന്ന് കെട്ടുപൊട്ടിച്ചു ചാടും. ഇംഗ്ലീഷുകാർക്കെതിരെ പോരാടിയ ബീഗം ആബാദിബാനുവിന്റെ ഓർമ്മയ്ക്കായ്ക്കബാപ്പ എനിക്ക് ബീയുമ്മാ എന്ന് പേരിട്ടത്. ഖിലാഫത്തുകാരി. ഇതുവല്ലോം പുതിയ പെണ്ണുങ്ങക്കറിയുമോ? അവര് നോക്കുമ്പോൾ നാലരയടി പൊക്കമുള്ള കറുത്ത ചന്തമില്ലാത്ത ഒരു തള്ള. എന്റെ ഈ കണ്ണുകൾ കണ്ട കാഴ്ചകൾ അവർ കണ്ടിട്ടുണ്ടോ? പിന്നെ പണോം ഭാഗ്യവും പടശ്ശോന്റെ കൈയിലാ, അത് വരികേം പോകേം ചെയ്യും. ചക്രമാ, ചക്രം. കുറച്ചൊക്കെ ദാനം ചെയ്തു. കുറേ കൂടെക്കൂടിയവർ പറ്റിച്ചെടുത്തു. ചില നോട്ടപ്പിശകുകൾ. ഇവിടുത്തെയാള് എന്റെ ബാപ്പാടെ മുന്നില് ഇരിക്കില്ലായിരുന്നു. അത്രയ്ക്ക് ബഹുമാനമാ. പക്ഷേ, ബാപ്പയ്ക്ക് മരുമോനോട് പ്രത്യേക കൃപയായിരുന്നു. ആ, കൊച്ചുമ്മാ തെക്കര് കരുനാഗപ്പള്ളിക്കാര് നാളെ വരുന്നുണ്ട്."

"ആരാ?" കൊച്ചുമ്മാ സംശയിച്ചു.

"മരുമോള് ആമിനൂന്റെ വീട്ടുകാര്. നിക്കാഹ് കഴിഞ്ഞിട്ട് അവര് വന്നില്ലല്ലോ. നന്നായി സൽക്കരിക്കണം. നമുക്കിപ്പോ ഇത്തിരി ക്ഷീണമാണെങ്കിലും സൽക്കാരത്തിന് ക്ഷീണം വന്നൂട. മൂത്ത മരുമോളും ഇളയവളും ശ്രദ്ധിക്കുമോ? കൊച്ചുപെൺപിള്ളേരല്ലേ. കോഴി വറുത്തരച്ച് വെക്കണം. നാലഞ്ചണ്ണത്തിനെ ഇന്നുതന്നെ അറുപ്പിക്കണം. മൈതീൻ കുഞ്ഞ് കാക്കായെ വിളിച്ചാമതി. കാക്കാ ആകുമ്പോള് അവറ്റകൾക്ക് നോവാതെ ബിസ്മിചൊല്ലി അറുക്കും. വെള്ളം കൊടുക്കും. ജീവനും ചോരയും പടച്ചോന്റെയടുത്ത് എത്തേണ്ടതാ. കാർത്യാനി ഉരിച്ചുതരും. കറിവയ്ക്കുമ്പോ ശ്രദ്ധിക്കണം, അടിക്ക്പിടിക്കരുത്. ചോറ് നെയ്ച്ചോറായിക്കോട്ടെ. പരിപ്പ്, പപ്പടം, മാങ്ങ, ഇഞ്ചി ഒക്കെ വേണം. വരുമ്പോ നല്ല ചായയും പൂവൻപഴവും അവല് നനച്ചതും കൊടുക്കണം, കുറേശ്ശെമതി. ഒത്തിരി ആയാൽ വിരുന്നുകാര് ചോറ് കഴിക്കില്ല. അവലൂസുപൊടി ഭരണിയിലുണ്ട്."

"അല്ല ബീ, അവർ ഇത്തിരി കിബിറ്കാരാണെന്നാ കേട്ടത്." കൊച്ചുമ്മ ഇടയ്ക്ക് കയറി.

"ഫൂ"

ബീ നീട്ടിതുപ്പി. തുപ്പല് കോളാമ്പിയും കടന്ന് അവിടമാകെ ചിതറി. ബീ ചുണ്ട് തുടച്ചു.

"കിബ്റ്, പടച്ചോന് ഇഷ്ടമല്ല, അവന് വഴിപ്പെട്ട് എളിമയോട് ജീവിച്ചാല് നന്ന്"

"ബീ, മരുമോടെ ബാപ്പ ഹജ്ജ് കഴിഞ്ഞ് വന്നതേയുള്ളു, കപ്പലിലാ

പോയത്. കെട്ടിയോളുമാര് രണ്ട്. രണ്ടിലുംകൂടി മക്കള് പന്ത്രണ്ട്. എല്ലാർക്കും നാലുകെട്ടും എട്ടുകെട്ടുമൊക്കെ ഉണ്ടാക്കിയിട്ടുണ്ട്." കൊച്ചുമ്മ അറിവുകൾ പങ്കുവെച്ചു.

"അംബാസിഡർ കാറ്, കാറിലേവരു. വീടുകാണാനായി ചില സാമാനങ്ങൾ വള്ളത്തില് കൊടുത്തുവിട്ടിട്ടുണ്ട്. വെളുപ്പിനെത്തും വള്ളക്കാര്. മൂത്തവൻ നാളെ പാടത്തേക്ക് പോകരുതെന്ന് പറയണം, കൊയ്ത്താണെങ്കില് വേണ്ട. അവനുണ്ടെങ്കിൽ എല്ലാത്തിനും ഒരു സാവകാശമാ. ഇളയവന് നാളെ ചുങ്കത്ത്പോകണം. കിസ്സയും കെസ്സുമായി നടന്നോളും. ഖദീസുവിനെ വിളിപ്പിക്കണം, ഇവിടുത്തെ കാർന്നോരുടെ ജ്യേഷ്ഠന്റെ മകളാ. അവൾക്കാ ചരിത്രോം കഥയും അറിയാവുന്നേ, അവളാകുമ്പോ ഇത്തിരി ചരിത്രം പറഞ്ഞുകേൾപ്പിക്കും. പാട്ടുപാടി കുഞ്ഞുങ്ങളെ രസിപ്പിക്കും, അതും വേണമല്ലോ, എന്താ?"

"ശരി"

കൊച്ചുമ്മാ മൂളി.

"ഉടനെ വേണം, അടുക്കളേ കാർത്യാനിയും നാരായണിയും ഉണ്ടെന്ന് ഉറപ്പുവരുത്തണേ. പുറംപണിക്കാര് പെണ്ണുങ്ങളും നാളെ വന്നോട്ടെ. അവർക്കും ഇത്തിരി ചോറ് കൊടുക്കാമല്ലോ. കരുനാഗപ്പള്ളിക്കാര് രണ്ടുകാറില് പത്തുപേര്, വള്ളക്കാര് മൂന്ന്, ഇവിടുത്തെ വീട്ടുകാരും പണിക്കാരും ഒക്കെക്കൂടി പത്തുനാല്പത് പേരെങ്കിലും കാണും. ഒന്നിനും ഒരു കുറവ് വരരുത്. ഇറച്ചി കഴിക്കാത്തവർക്ക് വേണ്ടി കുറച്ച് വെറുംചോറും കറിയും വേണം. കേശവനെ പറഞ്ഞു വിട്ട് നല്ലമീൻ വാങ്ങണം. ആവോലി കിട്ടുമോയെന്ന് നോക്ക്. ചെമ്മീൻ തീയലും വേണം. വളഞ്ഞവഴീല് അബ്ദുള്ളായുടെ കൈയീന്ന് ചെമ്മീൻ വാങ്ങ്."

"എന്റെ ബീ ഇതൊന്നും ഇവിടെ പുത്തരിയല്ലല്ലോ." കൊച്ചുമ്മാ പറഞ്ഞു.

പുറംപണിക്കാർ ഓലമെടയുന്നു. കേശവൻ പശുക്കൾക്ക് കച്ചില് വലിച്ച് കൊടുക്കുകയാണ്.

"കേശവാ, തൊഴുത്ത് അതിരാവിലെ കഴുകി വൃത്തിയാക്കണേ. വിരുന്നുകാരുണ്ട്, ചാണകത്തിന്റെ മണമൊന്നും അവർക്ക് പിടിക്കൂല."

"പാലു കുടിക്കുമോ?" കേശവൻ പിറുപിറുത്തു.

മാനത്ത് നാലഞ്ച് പരുന്തുകൾ വട്ടംചുറ്റി പറക്കുന്നുണ്ട്. തള്ളക്കോഴി കുഞ്ഞുങ്ങളെ സുരക്ഷിതമായി കൂട്ടിനകത്തേക്ക് കേറ്റി, കാവൽനിന്നു. പടിഞ്ഞാറെ മൂലയ്ക്ക് പനയുടെ മേലെ അവ തക്കം പാർത്തിരുന്നു. അത്തറ് വലിയ കൊഴിയെടുത്ത് പനയുടെ അണ്ട നോക്കി എറിഞ്ഞു. പരുന്തുകൾ എങ്ങോട്ടോ പറന്നുപോയി.

മുറ്റത്ത് കളിച്ചുകൊണ്ടിരുന്ന കുട്ടികളുടെ നടുവിലേക്ക് പരുന്തുകൾ പറന്നിറങ്ങി

"എന്റെ റബ്ബേ" ആമിനു കൂക്കിവിളിച്ചു.

"ഞാനിപ്പം കണ്ടില്ലാരുന്നെങ്കി"

അവൾ നിന്നുകിതച്ചു. പരുന്ത് മറ്റൊരു പനയിലേക്ക് പറന്നു.

ഉച്ചയൂണ് കാലമായി. എല്ലാവർക്കും വിളമ്പുന്നത് ബീയുമ്മയാണ്. പാത്രമറിഞ്ഞ് മനസ്സറിഞ്ഞ് വിളമ്പുന്നതും ഒരു കൈപ്പുണ്യമാണ്.

"കുഞ്ഞേ ആമീനു, നിന്റെ വീട്ടുകാര് വരുമ്പോ പ്രത്യേകിച്ച് വല്ലതും ഒരുക്കണോ? ചിലർക്ക് ചില ശീലങ്ങളൊക്കെ കാണും. എന്തെങ്കിലും ഉണ്ടെങ്കി പറ."

"ബാപ്പായ്ക്ക് ഉച്ചയൂണ് കഴിഞ്ഞാ ഒരു പൂവൻപഴം വേണം, അത് കഴിഞ്ഞ് നേരിയ മധുരമിട്ട ഏലയ്ക്കാ ചായ രണ്ടുതുടം, പിന്നേ അര മണിക്കൂർ മയക്കം. ഒരുകാര്യം ചെയ്താമതി, ചാരുകസേര പടിഞ്ഞാറു വശത്തെ മരത്തണലിലിട്ടാ മതി. ഇവിടുത്തെ മാമായുമായി ദുനിയാവിലെ കാര്യങ്ങള് പറഞ്ഞ് മയങ്ങിക്കോളും".

"മുറുക്കുകയോ മറ്റോ വേണോ?"

"മുറുക്കാറില്ല, പുകയില ചവയ്ക്കും, അതിവിടെ ഉണ്ടല്ലോ. പിന്നെ മൂട്ടി പഞ്ഞിവെച്ച സിഗരറ്റ് ബാപ്പാടെ കൈയിലുണ്ടാവും. സായിപ്പിന്റെ ശീലക്കാരനാ."

"ഇവിടുത്തെ മാമായ്ക്ക് കിബ്റ് പറച്ചില് ഇഷ്ടമല്ലെന്ന് കുഞ്ഞ് പറഞ്ഞേക്കണേ."

ആമിനൂന്റെ മുഖം തൊട്ടാവാടിപോലെ മങ്ങി.

"മാമീ, ഞാനതെങ്ങനെ പറയും? ബാപ്പോട് ഞങ്ങളൊന്നും പറയാറില്ല. ഉമ്മമാര് തന്നെ വാതിലിന് മറഞ്ഞുനിന്നാ മിണ്ടുന്നേ"

"അപ്പോ പിന്നെ പിള്ളേര് അഞ്ചാറെണ്ണം വീതം എങ്ങനെ ഉണ്ടായി?" കൊച്ചുമ്മാ പറഞ്ഞുപോയി. ആമിനു തലതാഴ്ത്തി അകത്തേക്ക് വലിഞ്ഞു.

"അത്രയ്ക്ക് വേണ്ടിയിരുന്നില്ല തള്ളേ" ബീ ശാസിച്ചു.

മൈതീൻകുഞ്ഞ് കാക്ക പിച്ചാത്തി രാകി മൂർച്ച ഉറപ്പുവരുത്തി. ചിരട്ടയിൽ വെള്ളമെടുത്ത് കോഴികൾക്ക് നല്കി. നല്ല തുടുത്ത പൂവൻ കോഴികള്. മഴവില്ലു പോലത്തെ ചിറകുള്ള അഞ്ച് ഉശിരന്മാർ.

"നല്ലോരെ പടശ്ശോൻ ആദ്യമാദ്യം വിളിക്കും." കോഴികളെ നോക്കി അയാൾ നെടുവീർപ്പിട്ടു.

"അല്ലെങ്കീ ഒന്നിനും കൊള്ളാത്ത എന്നെ ഇട്ടേക്കുമോ?" അയാൾ എന്തോ ആലോചിച്ചു.

ഒരിക്കൽ മൈതീൻകുഞ്ഞ് കാക്കായുടെ കൈവെട്ടിച്ച് മുറിഞ്ഞ കഴുത്തുമായി ഒരു പൂവൻ നാടുമുഴുവൻ നടന്ന് 'എന്നെ കൊന്നേ' എന്നുകരഞ്ഞു. മൂന്നാംനാളിൽ വടക്കുവശത്തെ വേലിയരികിൽ കിബ്‌ല നോക്കി കോഴി കിടന്നു. എറുമ്പുകൾ ഘോഷയാത്ര നടത്തി. അതൊരു നേർച്ചക്കോഴിയായിരുന്നു.

മേത്തര് അന്ന് മൈതീൻകുഞ്ഞിനെ ശകാരിച്ചു. "എടോ താനെന്ത് അറുപ്പുകാരനാ. പിച്ചാത്തിക്ക് മൂർച്ചവേണം, നല്ലപോലെ. നല്ലശേഷി

യുള്ള ഒരാളെക്കൊണ്ട് കാല് കൂട്ടിപ്പിടിപ്പിക്കണം. കഴുത്തു നീട്ടി ബിസ്മി ചൊല്ലി ഒറ്റ അറുക്കല്, കൊരവള്ളി നന്നേമുറിയണം. അവറ്റകളുടെ റൂഹ് ഉടനെ പോകും. വേദന തിന്ന് മരണംകണ്ട് പിടയുക എന്നത് വലിയ ശിക്ഷയാ. കാക്കാ, അറിയുമോ?"

'ഹമുക്കേ' എന്ന് നാവിൽ വന്നതാ. ഒരുൾവിളിപോലെ ആ വാക്ക് പുറത്തേക്ക് വന്നില്ല. ആരെയും ഹമുക്ക് എന്ന് വിളിച്ചൂട. മേത്തര് റബ്ബിന് സ്തുതിപറഞ്ഞു.

"അസ്തഗ്ഫിറുള്ളാ, പൊറുക്കണേ" കൂട്ടിച്ചേർത്തു.

മൈതീൻകുഞ്ഞ് തലകുനിച്ചുനിന്നു. രണ്ടുതുള്ളി കണ്ണീർ താടിയിലൂടെ ഒഴുകി. മേത്തര് സൂചിപ്പിച്ചു.

"നന്നായി, ചെയ്ത കുറ്റം മനസ്സിലായല്ലോ, കണ്ണീര് വന്നപ്പോ കുറ്റം അള്ളാഹു പൊറുക്കും. ഇനി ശ്രദ്ധിക്കണം, സ്വർഗ്ഗം വെറുതെ ഇല്ലാതാക്കരുത്."

"എനിക്ക് ഇവറ്റകളെ കൊല്ലുന്നതും തിന്നുന്നതും പൊരുത്തമല്ല. പിഞ്ഞാണിയിൽ കറിവിളമ്പുമ്പോ കോഴി നീട്ടിക്കൂവുന്നതായി തോന്നും. കിഴക്കേമാനത്ത് സുബ്ഹി ആകാനായി സൂര്യൻ കാത്തുനില്ക്കുന്നത് കണ്ണിൽപ്പെടും. ആ ചുകപ്പ് പിന്നെ ചോരനിറമാകും. കറി ചോരക്കറിയും. ചോരക്കുളവും, മനസ്സിലായോ?"

"എന്റെ തമ്പുരാനേ, ഇങ്ങേരെന്ത് മനുഷ്യനാ! കോഴിക്കറി കൂട്ടാത്ത നമ്പൂരിശ്ശനോ. കഴിഞ്ഞതവണ അമ്പലപ്പുഴേന്ന് ഇല്ലത്തെ അപ്ഫൻ നമ്പൂതിരി ബാപ്പയെക്കാണാൻ വന്നപ്പോ ഒറോട്ടിയും കറിയും ഇഷ്ട മാണെന്ന് പറഞ്ഞു. അവിടെ നമ്പൂരിശ്ശികള് പാലും വെണ്ണയും തൈരും മാത്രമേ കഴിക്കൂ. സാമ്പാറ്, അവിയല്, തോരൻ, പച്ചടി, കിച്ചടി, പരിപ്പ്, പായസം ഒക്കെ എനിക്കും ഇഷ്ടാണേ. കൃഷ്ണന്റെ പാൽപ്പായസം ഒരുമൊന്ത നമ്പൂരിശ്ശൻ ബാപ്പയ്ക്കുവേണ്ടി കൊണ്ടു വന്നു. ബാപ്പ ഒരുതുടം കഴിച്ചു. ഞങ്ങൾക്കും തന്നു. അസ്സല്പായസാ, എന്താ രുശി!"

"നമ്പൂരിമാരുടെ അമ്പലത്തിലെ പായസം നമ്മള് കുടിക്കുമോ? മരിശ്ശ് ചെല്ലുമ്പോ ചൂട് പായസത്തിലിട്ട് പുഴുങ്ങും അറിയാമോ" കൊച്ചുമ്മാ നീരസം പ്രകടിപ്പിച്ചു.

"ആരാ ഇതൊക്കെ പറേന്നെ. വൃത്തിയുള്ള ആഹാരം എല്ലാർക്കും പരസ്പരം കഴിക്കാം, അതിൽ കുറ്റമില്ല, ഹലാല. ഇട്ട്യാതിയും തോമയും മാധവനും വിയർത്തുണ്ടാക്കിയ നെല്ലിന്റെ ജാതിയേതാ?" ബീ കൊച്ചുമ്മായെ തിരുത്തി.

"ബീയെ പഠിക്കാൻ വിട്ടതിന്റെ തലതിരിവാ ഈ പറയണത്. ഈ ദുനിയാവിലെ പഠിത്തംതന്നെ ഹറാമാ. പ്രത്യേകിച്ച് പെൺകുഞ്ഞുങ്ങൾക്ക് മലയാളവും ഇംഗ്ലീഷും പറഞ്ഞു കൊടുത്താൽ കന്നിനെ കയം കാണിച്ചതുപോലെയാകും."

കൊച്ചുമ്മാ സംസാരിച്ചുകൊണ്ടേയിരുന്നു. മൈതീൻ കുഞ്ഞ് കാക്ക കൈമടക്ക് വാങ്ങി സ്ഥലംവിട്ടു. കാർത്യായനി കോഴിയെ പൊളിച്ച്

മൂന്നുനാലു തവണ വെള്ളത്തിൽ കഴുകി, ചോര മുഴുവൻ കളഞ്ഞ്, അരിഞ്ഞ് വലിയ അണ്ടാവിൽ ശേഖരിച്ചു. പത്ത് പന്ത്രണ്ട് കിലോ കാണും.

അച്ചാറുകൾ റെഡിയാക്കി. ശതാവരിക്കിഴങ്ങ് മാന്തിയെടുത്ത് ഒരു പ്രത്യേകതരം അച്ചാറുണ്ടാക്കി. നല്ല തണുപ്പാ.

മാതു വൈദ്യര് കഴിഞ്ഞതവണ വന്നപ്പോ രണ്ട് കൊച്ചു ഭരണി ശതാവരി ലേഹ്യം കൊണ്ടുവന്നിരുന്നു. മരുമക്കൾക്ക് അത് കൊടുക്കേണ്ടെന്ന് ബീ തീരുമാനിച്ചിരുന്നു. ഇഷാബാങ്ക് കേൾക്കാം. ജോലിക്കാര് പിരിഞ്ഞുപോയിരിക്കുന്നു. കാർത്യായനിയും നാരായണിയും അടുക്കളയോട് ചേർന്നുള്ള വലിയ തളത്തിൽ പായ വിരിച്ചുകിടന്നു. ഹാളിന്റെ നടുവിലാണ് വലിയ ഉരല്, എത്ര നെല്ല് വേണമെങ്കിലും കുത്താം. പെണ്ണുങ്ങൾ ചുറ്റുംനിന്ന് കുത്തുന്നതിന് ഒരു താളമുണ്ട്. കാർത്യായനി പലപ്പോഴും പാട്ടുപാടിയാണ് കുത്തുന്നത്. കാർത്യായനിയുടെ പാട്ടില് കൊഴിഞ്ഞുപോകുന്ന കാലത്തിന്റെ വ്യഥകളുണ്ട്. ലേശം അശ്ലീലവും കാണും. ബീ കോപിച്ചു.

“കാർത്യാനി നിനക്ക് എന്തിന്റെ സൂക്കെടാ. ഇവിടെ ബാല്യക്കാര് പെൺപിള്ളേരുള്ളതാ.”

‘ഇഷായും വിത്തറും’ നമസ്കരിച്ച് ബീയുമ്മ ഉറക്കറയിലേക്ക് കയറിപ്പോയി. വാതിലുകൾ അടച്ചെന്നും വിളക്കുകൾ അണച്ചെന്നും ഉറപ്പുവരുത്തി കൊച്ചുമ്മ അറയോട് ചേർന്നുള്ള മുറിയിലേക്ക് പോയി. ദിക്റുകൾ ഉരുവിട്ടുരുവിട്ട് എപ്പോഴാണ് മയക്കത്തിലേക്കും അവിടുന്ന് ഉറക്കത്തിലേക്കും വഴുതിവീഴുന്നത്.

സുബ്ഹിക്ക് മുൻപ് ബീ എഴുന്നേറ്റു. നമസ്കാരവും ദുആയും കഴിഞ്ഞ് അടുക്കള ലക്ഷ്യമാക്കിനടന്നു. കാർത്യായനി എപ്പഴേ എഴുന്നേറ്റിരിക്കുന്നു!

മുളങ്ങാട് കടവിൽ വലിയവള്ളം എത്തിയിരിക്കുന്നു. തേക്കിന്റെ അലമാര, ചാരുകസേര, കട്ടില്, തൊട്ടില്, മുറങ്ങൾ, കൊട്ടകൾ, വട്ടികൾ, ചെമ്പുപാത്രങ്ങൾ, പഞ്ഞിമെത്ത... ഒരു പൊറുതിക്കുള്ള സാധനങ്ങൾ. വള്ളക്കാർ ചുമന്ന് വാതില്ക്കലെത്തിച്ചു.

“ഇവിടെ ഇതൊന്നുമില്ലാത്ത വീടാണോ?” മേത്തർ പിറുപിറുത്തു.

“ഏതായാലും മുറ്റത്ത് ഒതുക്കിയിട്. നന്നേ കഴുകിയതിനുശേഷം വേണം അകത്ത് കയറ്റാൻ. തൊട്ടില് ആമിനൂന്റെ മുറിയില് സൂക്ഷിച്ച് വെച്ചേര്. ഭരണികൾ നിലവറയില് വയ്ക്കാം. കഞ്ഞിയും പയറും വള്ളക്കാർക്ക് ആവശ്യാനുസരണം കൊടുക്ക്, അതുക്കുങ്ങള് നന്നേ ക്ഷീണിച്ചിട്ടുണ്ടാവും“ ബീ അകത്തേക്ക് വിളിച്ചുപറഞ്ഞു.

അവർ കഞ്ഞിമോന്തി ചാവടിയോട് ചേർന്നുള്ള ഹാളിൽ പായ വിരിച്ച് കിടന്നു.

അംബാസിഡർ കാറുകൾ പടിഞ്ഞാറ് കള്ളുഷാപ്പിനടുത്തുള്ള തെങ്ങിൻതോപ്പിൽ പാർക്ക് ചെയ്തു. അവിടെവരേ റോഡുള്ളു. ഇനി

ഇടവഴിയിലൂടെ ഇത്തിരി നടന്നേപറ്റൂ.

ഹാജിയാര്, ഹാജിയാരുടെ കെട്ടിയോള്മാര് രണ്ടുപേര്. ഒന്ന് വെളുത്തതും മറ്റൊന്ന് ചൊകന്നതും, മരുമോൻ, മൂത്തമോള്, കുട്ടികൾ. ആമിനൂന്റെ മാമി വീപ്പക്കുറ്റി പോലൊരുത്തി, അത്ര ചന്തം പോരാത്ത ഒരു താത്ത, മുണ്ടും നേരിയതും ധരിച്ച ചന്ദനക്കുറിയിട്ട ഒരു മദ്ധ്യവയസ്ക. അവളുടെ ഒക്കത്ത് ഒരു ഞരുന്ത് കൊച്ചും.

അവർ ചെറുജാഥയായി വരികയാണ്. ജാഥയെ നാട്ടാര് കൗതുകത്തോടെ നോക്കിനിന്നു.

"മേത്തര്മുതലാളീടെ പുതിയ മരുമോളുടെ വീട്ടുകാരാ. വലിയ പത്രാ സുകാരാന്നാ തോന്നുന്നേ" അവർ അടക്കം പറഞ്ഞു.

"അസ്സലാമു അലൈക്കും" ഹാജിയാർ സലാം നീട്ടിച്ചൊല്ലി.

"വ അലൈക്കും സലാം, കയറിവാ" മേത്തര് സലാം മടക്കി. വന്നവർ കാലുകഴുകി അകത്തേക്ക് കയറി. എറായത്തെ കസേരയിലേക്ക് ഹാജിയാർ നോക്കി, രണ്ടാം മുണ്ടെടുത്ത് കസേരയിലൊന്നു തട്ടി പൊടിയില്ലെന്ന് ഉറപ്പുവരുത്തി, അതിലമർന്നിരുന്നു. കസേര ഒന്ന് ഞെരങ്ങി.

മേത്തർക്ക് അത് അത്ര സുഖിച്ചില്ല.

"ഹാജിയാരേ, അതൊക്കെ പണിക്കാര് വൃത്തിയാക്കിയതാ."

"ആരാ കാഫിരീങ്ങളാ?"

"അവർക്ക് അവരുടെ പടശ്ശോന്മാരിൽ വിശ്വാസമുണ്ട്, അതുപോരെ? 'ലക്കും ദീനുക്കും വലിയദീൻ' എന്നല്ലേ ഖുർആനിൽ അള്ളാഹു പറഞ്ഞിരിക്കുന്നേ, അവർക്ക് അവരുടെ മതം നമുക്ക് നമ്മുടേതും" മേത്തർ വിട്ടുകൊടുത്തില്ല.

ആമിനു അവളുടെ വീട്ടുകാരെ സ്വീകരിച്ച് അകത്തേക്ക് കൊണ്ടുപോയി. മേത്തര് ഹാജിയാരുടെ മരുമോന് മെത്തപ്പാ വിരിച്ചിട്ടു..

"ഇരിക്ക് പുതിയാപ്ലേ"

പുതിയാപ്ലയ്ക്ക് മാമാടെ മുന്നിലിരുന്ന് ശീലമില്ലെന്ന് തോന്നുന്നു. ചന്തി തൊട്ടുതൊടാതെ അയാളിരിക്കാൻ ശ്രമിച്ചു.

ആമിനു അകത്തുനിന്ന് ചായയും അവല് നനച്ചതും പൂവൻ പഴവും അവലൂസു പൊടിയും കൊണ്ടുവെച്ചു. ഹാജിയാര് മകളെ ഏറ് കണ്ണിട്ടുനോക്കി.

"ആമീനു, നീ വല്ലാണ്ട് ക്ഷീണിച്ചുപോയല്ലോ. ആഹാരമൊന്നും ശരിയാകുന്നില്ലേ."

മേത്തര് ഒന്നിരുത്തിമൂളി.

"തൊഴുത്ത് മാറ്റിക്കെട്ടുമ്പൊ ഏത് കന്നാലിയും ഒന്ന് ക്ഷീണിക്കും, മാറിക്കോളും"

ഹാജിയാർ മുഖമടച്ച് അടി കിട്ടിയതുപോലെ വിയർത്തു. അയാൾ മേത്തരെ നോക്കാനാകാതെ തല കുമ്പിട്ടിരുന്നു.

"ആമിനൂ നിന്റെ പുതിയാപ്ല എവിടെ?"

"അവൻ രാവിലെ അട്ടിയിലേക്ക് പോയി. ഇന്ന് ചുങ്കത്ത് ചരക്കെ

ത്തിക്കേണ്ടതാ." ഉത്തരം പറഞ്ഞത് ബീയാണ്.

"ഞങ്ങള് ഇത്രേം ദൂരം വരുമ്പോ പുതിയാപ്ലയ്ക്ക് റോഡുവരെ വന്ന് കൂട്ടിക്കൊണ്ടുവരാമായിരുന്നു, അതാണ് ശരി" ഹാജിയാർ ഗൗരവത്തിലാണ്.

"ശരിയാ, പക്ഷേ, കൊപ്രാ സമയത്തിന് ചുങ്കത്ത് എത്തിച്ചില്ലെങ്കിൽ സേട്ടുമാർ വേറെ ആളെ നോക്കും അതുകൊണ്ടാ. അസറിന് മുൻപ് അവനെത്തും. നിങ്ങള് ചായ കുടിക്ക്. പുതിയാപ്ലയ്ക്ക് എന്താ പണി?" ബീ പുതിയാപ്ലയിലേക്ക് തിരിഞ്ഞു.

ഹാജിയാരാണ് മറുപടി പറഞ്ഞത്.

"പ്രത്യേകിച്ച് പണി ചെയ്യാൻ പുതിയാപ്ല പണിക്കാരനാണോ?

അയാൾ തിന്നും കുടിച്ചും ഓതിയും പറഞ്ഞും നിസ്കരിച്ചും കഴിയുന്നു. അതു മതിയാകും, അതാണ് ഞങ്ങളുടെ രീതി."

പുതിയാപ്ല സർപ്പക്കാവിലെ ചേര് മരത്തിലോട്ട് നോക്കി. ശരീരം പൊള്ളുന്നതുപോലെ അയാൾക്ക് തോന്നി.

പുതിയാപ്ല കാവിലോട്ട് ചൂണ്ടി ഹാജിയാരെ എന്തോ കാട്ടിക്കൊടുത്തു. ഹാജിയാർ ചാടി എഴുന്നേറ്റു.

"എന്താ ആ കാണുന്നേ, കേൾക്കുന്നേ?"

'ആദിയും അന്തവും അറിയാതെ
നാഗങ്ങളെ ദേവ നാഗങ്ങളെ ആ ആ ആ
ഞങ്ങളൊരുക്കീടാം നൂറും പാലും
ആ ആ ആ
നിങ്ങളീ എഴുന്നെള്ളി വാ
ആ ആ ആ...'

ഒരു സർപ്പപ്പാട്ട് ഒഴുകിവരുന്നു. നിലവിളക്ക് കത്തിച്ചുവച്ച് പുള്ളുവനും പുള്ളുവത്തിയും പാടുകയാണ്.

"അതെന്താണ്?" ഹാജിയാർ നന്നേ അസ്വസ്ഥനായി.

"അത് കാവാ, കുളമൊക്കെയുണ്ട്, പ്രതിഷ്ഠയില്ല, എല്ലാ വർഷവും ഇവരിതുവഴി വരുമ്പോ അവിടിരുന്ന് പാടാറുണ്ട്. ഞാനെന്തെങ്കിലും കൈമടക്കിക്കൊടുക്കും. അതൊക്കെ അവരുടെ വിശ്വാസമല്ലേ. നമുക്കെന്താ ചേതം.?"

"ഇതൊന്നും നമുക്ക് പറഞ്ഞിട്ടുള്ളതല്ല" ഹാജിയാർ ശബ്ദം കനപ്പിച്ചു.

"അതിന് ഞാനും ബീയും പാടുന്നില്ലല്ലോ? കാവും പരിസരവും വൃത്തിയായി സൂക്ഷിക്കാറുണ്ട്. ധാരാളം അപൂർവ്വ മരങ്ങളും കിളികളും ഒക്കെയുണ്ട്. നല്ല കാറ്റാ."

"ഇഴജന്തുക്കളും കാണും." പുതിയാപ്ല ഇടയ്ക്ക് കയറി.

"കാണും, കാണുമായിരിക്കും. നമ്മളെ ഉപദ്രവിക്കാറില്ല, നമ്മളും." മേത്തര് അവഗണിച്ചു.

ഹാജിയാർ മുറ്റത്തേക്കിറങ്ങി. അസ്വസ്ഥനായി നടന്നു. പുതിയാപ്ല

ഒപ്പംകൂടി, ഒരു സേവകനെപ്പോലെ. മേത്തര് പുള്ളുവർക്കുള്ള കാശുമായി കാവിനടുത്തേക്ക് സ്വസ്ഥനായി നടന്നു.

അകത്ത്, ആമിനുവിന്റെ ഉമ്മമാർ വീടിനകം നടന്നുകാണുകയായിരുന്നു.

“അടുക്കള കുറച്ചുകൂടി പൊക്കിപ്പണിയണം, പെണ്ണുങ്ങടെ നടുവൊടിയും. അല്ലെങ്കില് പെണ്ണുങ്ങള് കുരുട്ടായിരിക്കണം.” ആമിനൂന്റെ മാമി പരിഹസിച്ചു.

ബീ തന്റെ നീളം കണ്ണാലെ അളന്ന് തിട്ടപ്പെടുത്തി.

“എന്റെ പൊക്കത്തിനുണ്ടാക്കിയ അടുപ്പാ. ഇനി പൊക്കമുള്ളവര് പെര വച്ച് മാറുമ്പോ അവരുടെ എടുപ്പിന് പറ്റിയ അടുപ്പും മറ്റും ഉണ്ടാക്കട്ടെ, എന്താ?”

കരുനാഗപ്പള്ളിക്കാര് ആമിനൂനെയും കൊണ്ട് പടിഞ്ഞാറുവശത്തെ വരിക്കപ്ലാവിന്റെ ചുവട്ടിലേക്ക് പോയി.

നല്ല തണലാ. കാറ്റ് തഴുകി താലോലിച്ചു പോകയാണ്. അകലെ കൈതവേലിക്കരുകിൽ രണ്ട് മഞ്ഞച്ചേര കുശലം പറഞ്ഞ് കിടപ്പുണ്ടായിരുന്നു. ഇല കാണാനാവാത്ത രീതിയിൽ ചക്കയാണ്. കിളികൾ വീണു കിടക്കുന്ന ചക്ക കൊത്തിത്തിന്നുകയാണ്. ആമിനൂന്റെ സുഖവിവരങ്ങൾ ഉമ്മമാരും വീപ്പക്കുറ്റി മാമിയും അന്വേഷിക്കുകയാണ്.

വേലക്കാരി പറമ്പിന്റെ തെക്കുപടിഞ്ഞാറേ മൂലയ്ക്കുള്ള വലിയ കുളക്കടവിലെ പടിയിലിരുന്നു. വരാലും കുഞ്ഞുങ്ങളും നിറം വിതറി കൗതുകം നിറയ്ക്കുകയാണ്.

“ഇവിടെ നല്ല കാഴ്ചയാ. കാവ്, കുളം, മരം, കിളി, ഇഴജന്തുക്കൾ, ചക്ക, മാങ്ങ, തേങ്ങ, മീൻ. ദാ മുരിങ്ങ നിറയെ പൂത്തിരിക്കുന്നു. തൊഴുത്ത്, പശുക്കൾ. നല്ല മനുഷ്യരാ, ശുദ്ധ മനുഷ്യര്” കമലു മനസ്സിൽ ചിത്രങ്ങൾ വരച്ചിട്ടു.

ഉച്ചയൂണിനായി എല്ലാവരേയും ക്ഷണിച്ചു. ഹാജിയാരും പുതിയാപ്ലയും ഊണുമേശയോട് ചേർന്ന് കസേര വലിച്ചിട്ടിരുന്നു.

നെയ്ച്ചോറും കോഴിക്കറിയും വിളമ്പി.

“മേത്തരേ കോഴി ഹലാലാണോ? ബിസ്മി ചൊല്ലിയോ?” ഹാജിയാർ സംശയം പ്രകടിപ്പിച്ചു.

“ഞാനറുക്കാറില്ല. മൈതീൻകുഞ്ഞ് കാക്കായാണ് ആ കൃത്യം ചെയ്തത്. അയാളാ ഈ നാട്ടിലെ കോഴിക്കശാപ്പുകാരൻ. നിസ്കാരോം നോമ്പുമൊക്കെയുള്ള സാധുവാ. ഖുർആൻ മനഃപ്പാഠമാ. മിസ്കീനാ. ബിസ്മി ചൊല്ലിക്കാണും. സംശയിക്കേണ്ട ഹാജിയാരേ, നല്ല പ്രകാശമുള്ള മനുഷ്യനാ”

“നിങ്ങളിരിക്കുന്നില്ലേ?” ഹാജിയാർ മേത്തരെ ക്ഷണിച്ചു.

“ഇല്ല, ഞാനിരുന്നോളാം. എനിക്ക് ഇറച്ചിയുടെ മണംപോലും ഇഷ്ടമല്ല, പച്ചക്കറിയാ പഥ്യം.”

“ഓ, നമ്പൂതിരിയാണോ?”

"അല്ല ഒരു പാവം മനുഷ്യനാ." ഹാജിയാർക്ക് മിണ്ടാട്ടമില്ലാതായി. അയാൾ പപ്പടം പൊടിച്ച് ചോറിൽ വിതറി അരിശം തീർത്തു.

"ഹേ പെണ്ണുങ്ങളേ വാ" ബീ നീട്ടിവിളിച്ചു. കൊച്ചുമ്മാ അതേറ്റു പാടി. അവർ കൈയും മുഖവും കഴുകി അകത്തെ തളത്തിലേക്ക് വന്നു. പായവിരിച്ചിരുന്നു. പാത്രങ്ങൾനിരത്തി ഉമ്മമാരും മാമിയും പിള്ളേരും മോളും ഇരുന്നു. കമലുവും കുഞ്ഞും നില്ക്കയാണ്. "ഇരിക്ക് കൊച്ചേ, ഒരുമിച്ചിരിക്ക്, സ്ഥലണ്ടല്ലോ" ബീ നിർബ്ബന്ധിച്ചു.

മാമി ബീയേയും കമലുവിനേയും മാറി മാറി നോക്കി.

"വേണ്ട, അവക്കും കൊച്ചിനും പുറത്തു കൊടുത്താ മതി. അവിടെ പുറം പണി ചെയ്യുന്നോളാ. ആമിനൂന്റെ വീട് കാണണോന്ന് പറഞ്ഞതു കൊണ്ടാ ഒപ്പം കൂട്ടിയേ"

''ഞാൻ പിന്നെ കഴിച്ചോളാം. അവല് ദഹിച്ചിട്ടില്ല.'' അവൾ ദയനീയമായി പറഞ്ഞു.

"കൊച്ചുമ്മാ, ഇവരെ ശ്രദ്ധിച്ചോണേ, വിളമ്പിക്കൊടുക്കണേ" ബീ അകത്തേക്ക് ധൃതിയിൽ നടന്നുപോയി. അടുക്കളയോട് ചേർന്നുള്ള മുറിയിൽ മെത്തപ്പാ വിരിച്ചു. അതിനുമുകളിൽ വിലകൂടിയ പുതപ്പ് നിവർത്തിയിട്ടു. മൂന്ന് പിഞ്ഞാണം കൊണ്ടുവന്നുവച്ചു.

"കമലൂ വാ കൊച്ചുമായി." കമലു പരിഭ്രമിച്ചുനിന്നു. ബീ അവരെ ബലമായി പിടിച്ച് അകത്തേക്ക് കൊണ്ടുപോയി. പായയിലിരുത്തി, ഒപ്പമിരുന്നു. കാർത്യായനി ചോറും കറികളും വിളമ്പി. കമലു ഉരുള യാക്കി, കണ്ണീരിൽ കുഴച്ച് അകത്താക്കി. ബീ കമലുവിന്റെ മോനെ മടിയിലിരുത്തി. ചോറും കറികളും നന്നേ കുഴച്ച് ചെറിയ ഉരുളകളാക്കി വാരിക്കൊടുത്തു. ചേർത്തുപിടിച്ച് വെള്ളംകൊടുത്തു. അവന്റെ നനഞ്ഞമുഖത്ത് ഒരു പൂവിരിഞ്ഞു. ആ പൂമണം ബീ ആസ്വദിച്ചു.

ആമിനുവിന്റെ മാമിയും ഉമ്മമാരും ഇതൊക്കെ കാണുന്നു ണ്ടായിരുന്നു. അവർ ഉണ്ടെന്നുവരുത്തി എഴുന്നേറ്റു. മകളും കുഞ്ഞും അത് കാര്യമാക്കാതെ കോഴിക്കറിയും ചെമ്മീൻ തീയലും ആകോലിയും ഇഞ്ചിയുമൊക്കെ മാറി മാറി കഴിച്ചുകൊണ്ടിരുന്നു.

"ആബിദു, നീ ഇവിടെ ഉണ്ടും തിന്നും കിടക്കാൻ പോകയാണോ?" മാമിയാണ് അരിശത്തിന്റെ കെട്ട് പൊട്ടിച്ചത്.

"അതിനെന്താ നല്ലപരിസരം, നല്ലആഹാരം, എന്താ രുചി!" ആബി ദു മാമിയെ ചൊടിപ്പിച്ചു.

ബീ ആകാശത്തേക്ക് കണ്ണോടിച്ചു. മഴക്കാർ ഉരുണ്ട് കൂടുന്നു, പതിവില്ലാതെ.

പൂച്ചകളും കോഴികളും കിളികളും അടുക്കളയുടെ വടക്കുവശത്ത് നിരനിരയായി നിന്ന് ഉച്ചയുണ് അച്ചടക്കത്തോടെ കൊത്തിപ്പെറുക്കുക യാണ്.

കമലു ബീയുടെ അടുത്തെത്തി, ആ കാലുകളിൽ തൊട്ടുമുത്തി, കരഞ്ഞു. ബീ ആകാശത്തേക്ക് കൈകളുയർത്തി. ''യാ അള്ളാഹ്''

പിന്നീട് സാവകാശം കുനിഞ്ഞ് പിടിച്ചെഴുന്നേല്പിച്ചു, പുറത്ത് തലോടി. ആ മാലാഖക്കൈയുടെ തണുപ്പിൽ കമലു വിളിച്ചു "എന്റെ ദൈവേ" കമലു കൂട്ടിച്ചേർത്തു." നിങ്ങളാ മനുഷ്യസ്ത്രീ, എല്ലാരേം ഒന്നുപോലെ."

"സി പിയുടെ ചോറ്റുപട്ടാളത്തിന്റെ തോക്കിന്റെ മുനേന്ന് ഓടിവന്ന വരെ ഒളുപ്പിച്ച നിലവറയും മച്ചുമാ എന്റെ തറവാട്ടിലുള്ളത്. എല്ലാരും മനുഷ്യരാ, ഒരള്ളാഹുവിന്റെ പടപ്പുകള്. എല്ലാ മനുഷ്യരേയും അവരുടെ ആചാരങ്ങളേയും മാനിക്കുന്ന ആളാ എന്റെ കെട്ട്യോൻ. എന്തു ജാതി, കുഞ്ഞേ, നല്ലത് ചെയ്യുന്നവർ ഒരുജാതി, നല്ലത് ചെയ്യാത്തവർ മറ്റൊരു ജാതി, അത്രതന്നെ"

ആമിനു ആകെ പരിഭ്രമിച്ചിരിക്കയാണ്. മാവിൻ തണലില് വന്നവ രുടെ സഭ കൂടുകയാണ്. കമലുവും കുഞ്ഞും ഇളന്തിണ്ണയിലിരുന്ന് കിളി ച്ചുണ്ടൻ മാവിന്റെ നെറുകയിൽ കളിചിരി പറയുന്ന കിളികളെ ചുമ്മാ നോക്കി.

എന്തോ പന്തികേടുണ്ട്. ഹാജിയാർക്കായി കൊണ്ടിട്ട ചാരു കസേരയിൽ അയാളിരുന്നില്ല. വെരുകിനെപ്പോലെ പായുകയാ.

"ആമിനൂ"

"ബാപ്പാ" പേടിച്ചരണ്ട മാൻ കുട്ടിയെപ്പോലെ അവൾ വിളി കേട്ടു

"ഞങ്ങളിറങ്ങുവാ. ബോധിച്ചു, പെരുത്ത് ബോധിച്ചു. ബാപ്പയ്ക്ക് ഒരബദ്ധംപറ്റി മോളേ. ഇവിടെനിന്നാല് ന്റെമോള് നരകത്തിന്റെ വെറ കാവും. വേഗമൊരുങ്ങ്, ഇപ്പം തന്നെ തിരിച്ചുപോകാം"

"ബാപ്പാ ന്റെ കെട്ട്യോനോട് ചോദിക്കാതെ..."

"പോ ഹമുക്കേ, ഞാനല്ലേ കെട്ടിച്ചു കൊടുത്തേ. മിണ്ടരുത്, വേഗം ഇറങ്ങിക്കോ"

ആമിനു കരഞ്ഞു. താത്ത അവളെ അകത്തേക്ക് കൊണ്ടുപോയി. വേഷം മാറ്റിച്ചു. അവൾ ബീയുടെ മുന്നിലെത്തി കെട്ടിപ്പിടിച്ച് കരഞ്ഞു. ബീ കണ്ണുകളുയർത്തി "യാ റബ്ബിൽ ആലമീനായ തമ്പുരാനേ" ആമി നൂന്റെ കവിളിൽ മുത്തി., പുറത്ത് തലോടി. ആകാശം കവിഞ്ഞ് ബീയുടെ മനസ്സ് നീറി.

"ആമിനൂ" ഹാജിയാർ സിഗരറ്റ് കത്തിച്ചിരിക്കുന്നു. ആഞ്ഞാഞ്ഞ് വലിക്കുകയാണ്.

"എല്ലാരും കൂടെ രണ്ട് കാറിലെങ്ങനെ പോകും?" മാമി സംശയിച്ചു.

"ആ കമലുവും കൊച്ചും വള്ളത്തിൽ വരട്ടെ. തീർന്നോ, തംശയം?" ഹാജിയാർ ഒന്ന് ചുമച്ചു. പുക നെറുകയിൽ കയറിയെന്നാ തോന്നുന്നേ.

മഴചാറി. ചെറുതായി ഇടികുടുങ്ങി. കാറ്റ്വീശി, തണുത്ത കാറ്റ്.

മേത്തര് കിഴക്കെ പറമ്പിലെ കുളിക്കുളത്തിലേക്ക് ധൃതിയിൽ ഇറങ്ങി., വുളുവ് എടുത്തു. സങ്കടവും കോപവും തെല്ല് ശമിച്ചെന്ന് ഉറപ്പുവരുത്തി. തിരികെനടന്ന് പ്ലാവിൻ ചുവട്ടിലെ തണലിലെത്തി.

"ഹാജിയാരേ ഒന്നൂടെ ആലോചിക്ക്, എടുത്തുചാട്ടം നന്നല്ല. ആമീ നൂന് എന്തേലും പ്രയാസമുണ്ടെന്ന് പറഞ്ഞോ?"

ഹാജിയാർ സിഗരറ്റ് താഴെയിട്ട് കശക്കി.

"ആമീനുനല്ല പ്രയാസം, പ്രയാസം ദീനിനാ, എനിക്കാ, മതി പൊറുതി. നിങ്ങൾക്ക് തലാഖാകാം, ഇല്ലെങ്കി ഫസഹ് ചെയ്ത് വിവരം അറിയിച്ചേക്കാം"

അവർ മകളെ വലിച്ചിറക്കി കൊണ്ടുപോയി. ദൂരെ അസർ ബാങ്ക് മുഖരിതമായി. സൈനുദ്ദീൻ മുല്ലാക്കയുടെ ശബ്ദം പ്രതിദ്ധ്വനിച്ചു.

'ലാ ഇലാഹ ഇല്ലള്ളാ...'

ക്ഷണത്തിന് ചെവി കൊടുക്കാതെ ജാഥ മടങ്ങി. പൊടി പറത്തി കാർ വളവ് തിരിഞ്ഞ് പൊട്ടുപോലെയായി.

മേത്തര് വിളിച്ചുപറഞ്ഞു "വള്ളക്കാര് ഉണർന്നിട്ടുണ്ട്. അവർക്ക് ആഹാരം കൊടുക്ക്."

അവർ കുശാലായി ആഹരിച്ച് ഏമ്പക്കം വിട്ടു. ഒരാൾ മറ്റൊരാളോട് പറഞ്ഞു. "നല്ല കൈപ്പുണ്യമാ, ഇപ്പൊ തിരിച്ചാനേരം പരപരാന്ന് വെളുക്കുമ്പോ നാട്ടിലെത്താം. കായംകുളം കായല് സൂക്ഷിച്ചുവേണം ഊന്നിമാറാൻ. പല്ലന വളവും ശ്രദ്ധിക്കണം."

നടന്ന പൂരമൊന്നും വള്ളക്കാർ അറിഞ്ഞിരുന്നില്ല. ബീ ഉമ്മ മുറുക്കാൻചെല്ലം നീക്കിവച്ചു കൊടുത്തു. അവർ തളിർ വെറ്റിലയിൽ ചുണ്ണാമ്പുതേച്ചു. മേത്തര് കുറച്ചു പുകയിലയും എള്ളും പൊതിഞ്ഞു കൊടുത്തു. "റാന്തലിന് എണ്ണയില്ലെങ്കിൽ എടുക്കാൻ മറക്കരുത്."

ബീ അകത്തേക്ക് വിളിച്ചുപറഞ്ഞു

"കാർത്യാനി രാത്രിയില് കഴിക്കാന് വള്ളക്കാർക്കും കമലുവിനും കുഞ്ഞിനും പ്രത്യേകം പ്രത്യേകം പൊതിയെടുത്ത് വെക്ക്, വാഴയില വാട്ടിയെടുത്താമതി. പണിക്കാരാ, അവരുടെ കരുത്താ ദുനിയാവിന്റെ കരുത്ത്."

മേത്തര് വള്ളക്കാരെ വിളിച്ച് അരികിലിരുത്തി.

"വെഷമം തോന്നരുത്. ഹാജിയാര് പിണങ്ങിയാ പോയെ. ആമിനൂനേയും പിടിച്ചിറക്കി കൊണ്ടുപോയി. തലാക്കെന്നോ ഫസഹെന്നോ പറയുന്നുണ്ടായിരുന്നു. ഒരു കാര്യം ചെയ്യ്, അവിടുന്ന് കൊണ്ടുവന്ന സാമാനങ്ങളെല്ലാം ഭദ്രമായി തിരിച്ചുകൊണ്ടുപൊയ്ക്കോളൂ. അന്യരുടെ മുതല് തിന്ന് ശീലമില്ല. അത് ഞങ്ങക്ക് ഭയമാ."

കാവിലെ ഇലഞ്ഞിയിൽനിന്ന് രണ്ട് കുരുവികൾ പഠോന്ന് താഴെ വീണു. പരുന്ത് റാഞ്ചിയതാണ്. മേത്തര് കാവിലെ ഇലഞ്ഞിച്ചോട്ടിലേക്ക് ധൃതിയിൽ നടന്നു. പുള്ളുവർ കത്തിച്ചുവച്ച നിലവിളക്കിനരികിൽ കുരുവികൾ പിടയുന്നു. അവയെ നോവാതെ എടുത്ത് എറായത്ത് കൊണ്ടുവന്നുകിടത്തി. ബീ വെള്ളവുമായിവന്നു. അവറ്റകളുടെ ചുണ്ടിലൂടെ ഇറ്റിച്ച് കൊടുത്തു.

'വലില്ലാഹി മാഫിസ്സമാവാത്തി വമാഫിൽ അറ്ള്. ആകാശങ്ങളിലും ഭൂമിയിലും ഉള്ളതെല്ലാ അള്ളാഹുവിന്റേതാകുന്നു.'

ബീ ദൃഢമായി വിശ്വസിച്ച് ഉരുവിട്ടു.

കമലുവിന്റെ കുഞ്ഞ് എളിയിൽ നിന്നിറങ്ങി കുരുവിയെ തൊട്ടു. അവ ദയനീയമായി അവരെ നോക്കി. അവന്റെ കുഞ്ഞിപ്പല്ലുകൾ പ്രകാശിച്ചു, നിലാമഴപോലെ.

കട്ടിലുകളും കൊട്ടകളും വട്ടികളും തൊട്ടിലും ജാഥയായി വള്ളക്കടവിലേക്ക് നീങ്ങിക്കൊണ്ടിരുന്നു.

ഈ ഓണം കൊറോണം

"**അ**മ്മേ" മിനിമോൾ അകത്തേക്ക് നോക്കി നീട്ടിവിളിച്ചു. മിനിയുടെ അമ്മ പ്രൈമറിസ്കൂൾ അദ്ധ്യാപികയാണ്, സുധ. കൊറോണക്കാലത്ത് ഓൺലൈനിൽ പൂച്ചയുടെ കഥ പറഞ്ഞത് സുധ ടീച്ചറാണ്. ടീച്ചർ അടുക്കളയിൽനിന്ന് മുറ്റത്തേക്കിറങ്ങിവന്നു. പുലരി പിറക്കുന്നതേയുള്ളു. മുറ്റത്തെ കൊച്ചുപൂന്തോട്ടത്തിൽ പൂക്കളെ തലോടി, കിന്നരിച്ച്, നറുമണം വലിച്ച് നെറുകയിൽ കയറ്റി മിനിമോൾ ലയിച്ചു നടക്കുകയാണ്.

"അമ്മേ കണ്ടോ?"

"കണ്ടു. എന്നും കാണുന്നതല്ലേ ഇതൊക്കെ, മുല്ലമൊട്ടുകൾ, പല വർണ്ണത്തിലുള്ള റോസുകൾ, മഞ്ഞച്ചെമ്പരത്തി, കോളാമ്പി, പല ജാതിപ്പൂക്കൾ, അത്തമല്ലേ പൂക്കളമിട്ടോളൂ."

"ഇല്ലമ്മേ. ഒരു പൂവും ഞാനിറുക്കുന്നില്ല. ചെടിയില് നില്ക്കുന്നത് കാണാനാ ചന്തം. പിന്നെ, പൂവിറുക്കിയാല് കവിതേച്ചി എന്നെ ഇറുക്കും."

"ശരി, ഇത് പറയാനാണോ വിളിച്ചേ?"

"അല്ലമ്മേ, അമ്മ ദാ അങ്ങോട്ട് നോക്കിയേ"

ടീച്ചർക്ക് തന്റെ കണ്ണുകളെ വിശ്വസിക്കാനായില്ല. വണ്ണാത്തിപ്പുള്ളുകൾ, കരിയിലക്കുരുവികൾ, മാടത്ത, തത്ത, കുയിൽ, പ്രാവുകൾ. ഓ നാളിതുവരെ കാണാത്ത വിവിധയിനം കിളികൾ. തൊടിയില് ഒന്നും രണ്ടും പറഞ്ഞ് കിണുങ്ങുന്നു. മുറ്റം കൊത്തിപ്പെറുക്കി വൃത്തിയാക്കുകയാണ്. അതിമധുരമായ രാഗ വിസ്താരങ്ങൾ. നിറങ്ങളുടെ മഴവില്ല് അവിടമാകെ നിറഞ്ഞിരിക്കുന്നു. ടീച്ചർ വേഗം അകത്തേക്ക് കയറിപ്പോയി. മൊബൈലുമായി തിരികെയെത്തി. മിനിമോൾ, വിരിഞ്ഞുല്ലസിക്കുന്ന

ആരാമം, കിളികൾ കലപില പറയും നിഷ്കളങ്ക ലോകം, എല്ലാമൊപ്പിയെടുത്തു.

മാവും പൂത്തിട്ടുണ്ട്. കിളുന്തില മെത്തവിരിച്ചിരിക്കുന്നു. ഫാഷൻ ഫ്രൂട്ട് പുരയിലേക്ക് വല താണ്ടി കയറിക്കൂടിയിരിക്കുന്നു. അത്തിക്കായ് പഴുത്തുകിടക്കുന്നു. അമ്പഴം, വാഴക്കൂമ്പിലേക്ക് അണ്ണാൻ പാത്തും പതുങ്ങിയും വരുന്ന കള്ളക്കാഴ്ച ... ആകെ പ്രകൃതി തകൃതിയായി ഒരുങ്ങിയിരിക്കുന്നു.

"അമ്മേ ഓണം പ്രമാണിച്ചാണോ ഈ ചന്തമൊക്കെ?"

ടീച്ചർ ഓർത്തു, തനിക്ക് വയസ്സ് നാല്പതായി. ഞാനിതുവരെ ഈ പരിസരത്ത് ഇത്രമാത്രം കിളികളെ കണ്ടിട്ടില്ല.

"ഓണമായതു കൊണ്ടല്ല കുഞ്ഞേ, പ്രകൃതിയുടെ അവകാശികൾ മടങ്ങിവന്നതാ. എഴുത്തുകാരനായ ബഷീർ *ഭൂമിയുടെ അവകാശികളിൽ* പറഞ്ഞപോലെ എല്ലാ ജീവജാലങ്ങൾക്കും അവകാശപ്പെട്ടതാ ഈ ഭൂമി. കീരിയും പാമ്പും പഴുതാരയും എറുമ്പും പല്ലിയും പാറ്റയും വവ്വാലുകളും മാടത്തയും തത്തയും എലിയും പുലിയുമൊക്കെ ഭൂമിയുടെ നേരവകാശികളാ കുഞ്ഞേ. പക്ഷേ, നമ്മൾ ഈ ഭൂമിയെ നമ്മുടേതുമാത്രമാക്കി വെച്ചിരിക്കയാ. മനുഷ്യരെ പേടിച്ചാ അവയൊക്കെ എങ്ങോട്ടോ ഉൾവലിഞ്ഞേ. നമ്മൾ കൊടികെട്ടിയ വിദ്വാന്മാരായി അടിച്ചുപൊളിച്ചു ജീവിച്ചു. മിണ്ടാപ്രാണികളെ കൊന്നുതിന്നു മദിച്ചു. കൊറോണ വൈറസ് നമ്മെ കണ്ണുരുട്ടി പേടിപ്പിച്ചതേയുള്ളു, നമ്മൾ പേടിച്ചരണ്ട് വീടിനകത്തേക്ക് ഉൾവലിഞ്ഞു. തെരുവുകളും നമ്മുടെ പറമ്പുകളും വീട്ടുമുറ്റങ്ങളും വിജനമായപ്പോൾ യഥാർത്ഥ അവകാശികൾ കൂട്ടം കൂട്ടമായി തിരിച്ചുവന്ന് കളി പറഞ്ഞ്, പാട്ടുപാടി നൃത്തം ചെയ്യുകയാ." ടീച്ചർ ദീർഘമായി നിശ്വസിച്ചു.

മിനിമോൾ കവി വയലാർ ഗോപാലകൃഷ്ണന്റെ കവിത ഈണത്തിൽ ചൊല്ലി.

'ഓണക്കുയിലുണർന്നു- കുടപ്പന
ക്കാവിലുമോണം വന്നു.
മാമരം പൂവണിഞ്ഞു-കുളിരല
ച്ചോലയിൽ പൂവുതിർന്നു.
മാവേലിത്തമ്പുരാനും-മെതിയടി
മേലിൽക്കയറി വന്നു.
ആവണിക്കാറ്റുവന്നു- അരചനു
ചാമരം വീശി നിന്നു.'

മിനിമോൾക്കു ചുറ്റും വണ്ണാത്തിപ്പുള്ളുകളും കരിയിലക്കുരുവികളും മാടത്ത, തത്ത, കുയിൽ, പ്രാവുകളും സംഘനൃത്തമാടി.
ആർപ്പുവിളികൾ ഉയർന്നു. അങ്ങേപ്പറമ്പിലെ ആലാത്തിൻ ചുവട്ടിൽ അമ്മിണിയും ആലീസും ആയിഷയും ഒത്തുകൂടി, ഉയരത്തിലാടി. കൊറോണ ആർപ്പുവിളി കേട്ട് കിഴക്കേ കണ്ടം വഴി കടന്നു. അങ്ങ് ദൂരെ ചായംതേച്ച പുലികളി സംഘം ക്യാമറയ്ക്ക് മുൻപിൽ 'സ്റ്റാർട്ട്' പ്രതീക്ഷിച്ച് നിന്നു...

സുബർക്കത്തിലെ പശു

"ഹേ ആക്ടിവിസ്റ്റുകളെ എന്നെയൊന്നു കേൾക്കണേ. ഞാൻ വെറുമൊരാട്. വളർത്താനാണെന്നു പറഞ്ഞാ പോക്കർടെ കൈയീന്ന് എന്നെ വിലയ്ക്കു വാങ്ങിയേ."

വല്യ അന്വേഷിക്കലൊര്ന്ന്. വെജിറ്റേറിയൻ ശാപ്പാട് മൂന്നുനാലുനേരം കുശാലായി കിട്ടി.

കാഷ്ഠവും മൂത്രവും അമൃത് പോലെ ശേഖരിച്ചു. മുറ്റത്ത് പൂവാടി. പറമ്പിലാകെ ചീരക്കാലം.

അടുക്കളയിലെ ചട്ടിനിറയെ ചീരഅവിയല്, ചീരയും പരിപ്പും ചേർത്ത പച്ചയും ചുകപ്പും നിറമുള്ള കറികള്.

വലിയവേനലിലാണ് ചിക്കൻപോക്സ് പടർന്നുപിടിച്ചത്. അത്താഴക്കൊട്ടുകാർ മുട്ടോളമുള്ള ജുബ്ബയിട്ട് ഗ്രാമവഴികളെ പാട്ടു പാടി ഉണർത്തി.

അയലത്തെ സബുറയാണ് റാത്തീബിനെക്കുറിച്ചോർമ്മിപ്പിച്ചത്. തമ്പുരാന്റെ വിശേഷണങ്ങൾ ഉറക്കെ ചൊല്ലുക. മുസലിയാരേം നാലഞ്ചാളേയും വിളിച്ചാമതി.

നിങ്ങടെ മുട്ടനാടിനെ നേർച്ചയാക്ക്.

ആമിനാത്ത മനസ്സില്ലാ മനസ്സോടെ അതങ്ങ് ഉറപ്പിച്ചു.

''ഹോജ രാജാവായ തമ്പുരാനെ ഈ വീട്ടിന്നും നാട്ടീന്നും ബലാല് മുസിബത്തിനെ ഓടിക്കണേ. റാത്തീബ് നടത്തിയേക്കാമേ."

പത്തുരൂപാടെ ഒരു വെള്ളിനാണയം ദീനക്കാരുടെ തലക്കുഴിഞ്ഞ് തുണീല് പൊതിഞ്ഞ് അന്നംപുന്നാരമായി വളർത്തിയ എന്റെ കഴുത്തില് കെട്ടി. മുഖത്തും പുറത്തും തലോടിക്കൊണ്ടു പറഞ്ഞു.

''നിന്നെ നേർച്ചയാക്കിരിക്ക്ണ്.

ഇല്ലേ ഈ നാട് ഇല്ലായ്മയാകും.

ആടേ നിനക്ക് സുബർക്കം കിട്ടൂന്ന്."

ഞാൻ ഞെട്ടി. തീറ്റനിർത്തി. ധ്യാനിച്ചു. നീണ്ടുനിവർന്നു കിടന്നു.

ആമിന തലോടിക്കൊണ്ടു പറഞ്ഞു.

''ഇപ്പം കിടക്കണ്ട. ബീരാന് വരും, മൂർച്ചകൂട്ടിയ കത്തീംകൊണ്ട് അന്നേരം മതി."

തലേവര തടവി ഞാൻ വിങ്ങിക്കരഞ്ഞു

"നാട്ടീല് എന്ത് ഓക്കാനം വന്നാലും ഞമ്മടെ റൂഹ് വേണം.''

'വഴിയറിയാതെ മുടന്തി നടക്കും വിധിയുടെ ബലിമൃഗങ്ങൾ.'

വയലാർ സ്വർഗ്ഗകവാടത്തിൽനിന്ന് താഴോട്ടു നോക്കി.

ആമിനാത്ത തിരിഞ്ഞുനിന്നു. "നീ വല്ലതും പറഞ്ഞോ?''

ഞാൻ മാനം നോക്കി.

"ന്റെ നാഥാ സുബർക്കത്തിലെങ്കിലും ന്നെ ഒരു പശുവാക്കണേ, കൂടാതെ ആമീനാത്താനേം സബൂറാനേം ആടാക്കണേ. ഇറച്ചിയുള്ള കൊഴുത്ത മുട്ടനാട് ബാ...ബാ...''

അടിക്കുറിപ്പില്ലാത്ത ചിത്രങ്ങൾ

വ്യൂപോയിന്റിൽ കാർ ഒതുക്കി നിർത്തി. ഒൻപതാമത്തെ ഹെയർ പിൻ വളവാണ്. കൈയെത്തും ദൂരത്ത് ആകാശം, നീലക്കുട പോലെ.

"സൂക്ഷിച്ച്" സുഹൃത്ത് നൗഷാദ് പിടിവിട്ടുപായുന്ന നിധിയെ വിലക്കുന്നുണ്ടായിരുന്നു.

"ദാ അവിടെയാണ് പൊറ്റെക്കാടിന്റെ പ്രതിമ. നീലവരപോലെ കാണുന്നത് അറബിക്കടൽ. കോട മഞ്ഞുണ്ട്. അതാണ് അവ്യക്തത." തണുപ്പ് വല്ലാതെ അരിച്ചിറങ്ങുന്നുണ്ട്.

"താമരശ്ശേരി ചൊരം, അയ്മ്മടെ താമരശ്ശേരി ചൊരോന്നേയ്" പപ്പു കസറുകയാണ്. പാവം മോഹൻലാൽ... *വെള്ളാനകളുടെ നാട്ടിലെ* രംഗം മനസ്സിൽ ഓടിയെത്തി. റോഡ് റോളർ പിടിവിട്ട് താഴോട്ടുരുണ്ട് മതില് തകർത്ത് മുറ്റത്തെത്തി കിതയ്ക്കുന്നു.

"ഹേയ്, ശ്രദ്ധിക്കണേ. സെൽഫിയെടുക്കാൻ ശ്രമിച്ച ചിലരും മൊബൈലും താഴെ കാട്ടിലാണുള്ളത്, നേരാ!"

കുതിരക്കുളമ്പടി കേൾക്കാം. ആരാ അത്? ഒരു പറ്റം കുതിരകളും ഒരു ഉശിരൻ പടയും. ടിപ്പു ശ്രീരംഗപട്ടണത്തേക്ക് വിജയശ്രീലാളിതനായി മടങ്ങുകയാണ്.

കറുത്തു കരിവീട്ടിപോലുള്ളവർ ഉൾക്കാട്ടിലേക്ക് വലിയുന്നു. കാടിന്റെ മക്കളാ, ആദിവാസികളാ. സുൽത്താൻ നീട്ടിവലിച്ച് സലാം പറഞ്ഞ് മലതാണ്ടി പറക്കുകയാണ്. മുത്തങ്ങ, ബന്ദിപ്പൂർ വനമേഖലയിലൂടെ ടിപ്പുവിന് മൈസൂരിലെത്താം.

സുഗന്ധവ്യഞ്ജനങ്ങളുടെ നറുമണം പരന്നൊഴുകുകയാണ്.

'കുരിശിന്റെ വഴി' ദീർഘദൂരം ചിട്ടയോടെ വഴിയിൽ കണ്ടിരുന്നു. ചുരം കയറുകയാണ്, ഒരു വെളുത്ത കടൽ.

"പോകാം, ഉപ്പാ"

"ആയിക്കോട്ടെ"

രാത്രി കോഴിക്കോട് റെയിൽവേ സ്റ്റേഷനിൽനിന്നാണ് പിക്ക് ചെയ്തത്. അത്തറ് പരക്കുന്ന പ്രവാസി ഫൈവ് സ്റ്റാർ തട്ടുകടയിൽ നിന്ന് കോഴിക്കോടൻ വിഭവങ്ങൾ വാങ്ങിത്തന്നു, മതിവരുവോളം.

മാലാപ്പറമ്പിലെ ഫ്ളാറ്റിൽ രാത്രി തങ്ങി. മെഡിസിന് പഠിക്കുന്ന മകൾ ഷെറിനും മകൻ ജിത്തുവും ബാപ്പയെ പ്രതീക്ഷിച്ച് കാത്തിരിക്കയായിരുന്നു.

"ഫ്രഷ് ആക്. ഫുഡ് എടുക്കാം." ഷെറിൻ ധൃതി കൂട്ടി.

"വേണ്ട, കുറച്ചു ചൂടുവെള്ളം മാത്രംമതി. വഴിയിൽ വച്ച് ബാപ്പ സൽക്കരിച്ചിരുന്നു, ഓവറായി."

സഹധർമ്മിണി സുബൈദയും മകൾ സൂര്യയും യാത്രാ ക്ഷീണത്തിലാ. ആലപ്പുഴയിൽനിന്ന് മൂന്നുമണിക്കുള്ള കണ്ണൂർ എക്സ്പ്രസിൽ കയറിയതാണ്. ഏഴ് മണിക്കൂർ യാത്ര. ഷൊർണ്ണൂരും തിരൂരും കുറെ നേരം കാത്ത് കിടന്നിരുന്നു. ഭാരതപ്പുഴ നിറഞ്ഞുകവിഞ്ഞ് ഒഴുകുന്നുണ്ടാവണം.

"നമുക്ക് രാവിലെ വയനാടിന് പോകാം. നേരത്തെ റെഡിയായാൽ മതി. ഇപ്പോൾ സുഖമായി ഉറങ്ങ്." നൗഷാദ് ചാനൽ മാറ്റിക്കൊണ്ടിരുന്നു.

വയനാട് ചുരമിറങ്ങി രാത്രി വണ്ടിക്ക് തമ്പാനൂരെത്തി രാവിലെ മിടുക്കനായി പദ്ധതി അവലോകന മീറ്റിങ്ങിനായി കയറിവരുന്ന, നിലാമഴ പോലെയുള്ള മദ്ധ്യവയസ്കനെ കണ്ണെടുക്കാതെ നോക്കിയിരുന്നു. ഭൂപണയ ബാങ്കിൽനിന്ന് ഡെപ്യൂട്ടേഷനിൽ വന്നിരിക്കയാണ്.

'ഈ ബാങ്കുകാർക്കെന്താ ഇവിടെ കാര്യം?'എന്നായിരുന്നു പലരുടേയും ചിന്ത, എനിക്കും. ബഹുരസികൻ, എരിവും പുളിയും ചേരുംപടി ചേർത്ത് വിളമ്പും. ചില നേരങ്ങളിൽ അമ്പലപ്പുഴ പാൽപ്പായസം തോറ്റുപോകും, അത്ര രുചിയാ. ഒരു സ്നേഹമരം.

ഡൽഹിയിൽ ട്രേഡ്ഫെയറിന് ഒരുമിച്ചാണ് പോയത്. അരിയും അരിപ്പൊടിയും പുളിയും അച്ചാറുകളും കൊട്ടയും വട്ടിയും ചൂലും ഒക്കെയായി ഒരു തീവണ്ടിയാത്ര. ടോയ്‌ലറ്റിലെ രൂക്ഷഗന്ധം സഹിച്ച് രണ്ടു രാത്രികൾ.

പ്രഗതി മൈതാനി കച്ചവടക്കാരുടെ പൂരപ്പറമ്പുപോലെ. ക്യാന്റീൻ നടത്തിപ്പ് ഞങ്ങൾക്കായിരുന്നതിനാൽ തീറ്റയ്ക്ക് ഒരു പഞ്ഞവും ഉണ്ടായില്ല. വെജിറ്റബിൾ സൂപ്പും ബീഫും ഇഷ്ടാനുസരണം. കേരളാ ഹൗസിലായിരുന്നു താമസം. ഒരുരാത്രിയിൽ ഭൂമികുലുക്കമുണ്ടായി. കട്ടിലെടുത്ത് പൊക്കിയിടുന്നതുപോലെ. എന്തോ അത്യാഹിതം സംഭവിക്കാൻ പോകുകയാണെന്ന് ഉറപ്പിച്ചു. ലോകാവസാനം!

"ലാ ഇലാഹ ഇല്ലള്ളാഹ്"

ഉറക്കെ ചൊല്ലി, ഈമാനോടുകൂടി മരിക്കാൻ. അതുകേട്ടാണ് നൗഷാദ് ഉണർന്നത്. എല്ലാവരും ശരവേഗത്തിൽ പുറത്തിറങ്ങി,

തുറസ്സായ സ്ഥലത്തുനിന്നു. വീണ്ടും ഒരു കുലുക്കത്തെകാത്ത് മണിക്കൂറുകളോളം ഒരേനില്പ്.

“എന്താ ആലോചിക്കുന്നത്?”

“കേരളാ ഹൗസ് കുലുങ്ങിയത് ഓർത്തതാ.”

“ങ്ങള് പേടിത്തൊണ്ടനാണെന്ന് അന്നാ എനിക്ക് മനസ്സിലായേ.” നൗഷാദ് പരിഹസിച്ചു.

“ദാ അവിടെയാ ബേപ്പൂർ സുൽത്താൻ ഫാബിത്തായുമായി സൊറ പറഞ്ഞിരിക്കുന്നത്” നൗഷാദ് ദൂരേക്ക് വിരൽചൂണ്ടി. “അത് മിഠായി ത്തെരുവ്, നാടകശാല കാണാം. 55 കിലോമീറ്റർ ദൂരോണ്ട്. ഇവിടു ന്നാകുമ്പോൾ സ്വസ്ഥമായി കാണാം. കോഴിക്കോട്, ഹൽവയുടെ മണം കാരണം ഒന്നും നടക്കില്ല” സൂര്യ ചിരിക്കുന്നുണ്ടായിരുന്നു, നൗഷാദിന്റെ ബഡായി കേട്ട്.

‘അടിവാര’ത്ത്ന്ന് കഴിച്ച പൊറോട്ടയും മീൻ മുളകിട്ടതും ദഹിക്കുന്ന മട്ട് കാണുന്നില്ല.

“ഞങ്ങള് തെക്കര് രാവിലെ പലഹാരത്തിന് മീൻ സാധാരണ കഴി ക്കാറില്ല.

“ഇവിടെ ഞങ്ങൾക്ക് മീൻ മുളകിട്ടത്, കല്ലുമ്മക്കായ് ഒക്കെ എപ്പോഴു മാകാം.”

“എന്തായാലും ഇത്തിരി കൂടിപ്പോയി.”

കാർ വളവ് തിരിഞ്ഞു. മാനന്തവാടി 51 കിലോമീറ്റർ. ലക്കിടിയിലെ ചങ്ങല മരത്തിന് സമീപത്തായി കാർനിർത്തി.

“ഇത് ഇക്കായ്ക്ക് ഇഷ്ടമുള്ള കാഴ്ചയായിരിക്കും.”

വാനരന്മാർ ചുറ്റിനുമെത്തി. കൊച്ചുമകൾ നിധി അവരോട് ചങ്ങാത്തം കൂടിയെന്നാ തോന്നുന്നത്.

നിഗൂഢത നിഴൽവീഴ്ത്തിയതുപോലെ ഒരിടം. സായ്പ്പിന്റെ തോക്ക് ഗർജ്ജിക്കുന്നു. കരിവീട്ടിതോല്ക്കും ആജാനബാഹുവായ ഒരാൾ കടന്നു വരുന്നു. ലക്ഷണമൊത്ത ആട്ടിൻ പറ്റങ്ങളും. ‘ചിപ്പിലിത്തോട്’ ആദിവാസി ഊരിന്റെ മുന്നിൽ വെള്ളപ്പട്ടാളം പ്രത്യക്ഷപ്പെട്ടിരിക്കുന്നു. “വയനാട്ടിലേക്ക് കടക്കണം. ബ്ലഡിറാസ്കൽ ടിപ്പു പോയ വഴിയേ. നിനക്ക് വഴിയറി യാമെന്ന് അറിയാം.”

“തമ്പ്രാ കാട് ഞങ്ങടെ മണ്ണാ. അത് ഇല്ലാതാക്കരുത്.”

“ഹേയ്” സായിപ്പിന്റെ തോക്കിനുമുൻപിൽ മൂപ്പൻ നിശ്ശബ്ദനായി. ആടുപോയ വഴിയെ ധൃതിയിൽ സായിപ്പ് ചാടിയോടി. എത്ര വേഗമാ മല പിന്നിലേക്ക് ഓടി മറഞ്ഞത്!.

“ആദിവാസികൾ അവശേഷിക്കുന്നുണ്ടോ?”

നൗഷാദ് എന്നെ ഒന്ന് നോക്കി.

“ഉണ്ട്, പേടിച്ചും ഭയന്നും അരിയും മറ്റും വാങ്ങാനായി നാട്ടിലേക്ക് വരാറുണ്ട്. ഇന്നും ആദിമമനുഷ്യരെപ്പോലെ കഴിയുകയാ, പാവങ്ങൾ. അവരുടെ മണ്ണുംപെണ്ണിനേയും നാട്ടിലെ മൃഗങ്ങൾ സ്വകാര്യസ്വത്താക്കി

വയ്ക്കുകയാ. ചില മുന്നേറ്റങ്ങൾ ഉണ്ടായിട്ടുണ്ട്. മുളയിലേ നുള്ളി കൈയേറ്റക്കാർ."

ജാനുവും ഗീതാനന്ദനും തല്ലുകൊണ്ട് അവശരായി ചോരയൊലിപ്പിച്ച് തെരുവോരത്ത് നില്ക്കുന്ന കാഴ്ച കണ്ണിലേക്ക് ഓടിക്കയറി വന്നു. ഗർഭിണികളും കുഞ്ഞുങ്ങളും വൃദ്ധരും പ്രാണരക്ഷാർത്ഥം ദിശതെറ്റി പലായനം ചെയ്യുന്നതും കാണാം. അവന്റെ ഭൂമിയുടെ മേലുള്ള കൈയേറ്റം അവസാനിപ്പിച്ചില്ലെങ്കിൽ പ്രകൃതി കോപിച്ചുകൊണ്ടിരിക്കും, ലോകാവസാനം വരെ. മഴ ശമിച്ചതുപോലെ തോന്നി. നിധി ഓറഞ്ച് പൊളിച്ച് വല്ലുമ്മിക്ക് നല്കി. ഹെയർപിൻ വളവുകളിൽ കണ്ണടച്ചിരിക്കയായിരുന്നു സുബൈദ. ഒന്നുരണ്ടു തവണ ഓക്കാനിക്കുവാൻ ഒരുങ്ങിയതാ. ഇഞ്ചി മിഠായിയും ആക്സോയിലും യഥേഷ്ടം ചെലവാകുന്നുണ്ട്.

സുന്ദരനായ ഒരു ചെറുപ്പക്കാരൻ ഓടിക്കയറിവന്നു. അയാൾ എന്തോ പറയാൻ ശ്രമിക്കുകയായിരുന്നു. വാരിക്കൊടുത്ത ചോറ് ആർത്തിയോടെ അകത്താക്കി. വെച്ചുനീട്ടിയ ബീഡിയിൽനിന്ന് രണ്ടു കവിള് പുകയെടുത്തു. കൈകൾ ബന്ധിച്ചിരിക്കയാണ്. കണ്ണിലൊരു കടൽ. അപ്രതീക്ഷിതമായി വെടിപൊട്ടി. അരുംകൊല. കണ്ണിലെ കടൽ കരകവിഞ്ഞൊഴുകി. ആദിവാസികൾ നക്സൽ വർഗ്ഗീസിനെ ഓർത്തെടുക്കുകയാണ്, സമുചിതം. വർഗ്ഗീസ്പാറ വിമോചകന്റെ ചോരവീണ തീർത്ഥാടന കേന്ദ്രം!. ചുവന്നകൊടികൾ നിരനിരയായി പാറിക്കളിക്കുന്നു. പഴയകൊടികളാണ്. പുതിയ പതാകകൾക്ക് അവർക്കെവിടുന്നാ പണം?. കണ്ണൂരിൽനിന്നും കോഴിക്കോടുനിന്നും സഖാക്കളെത്തിയിട്ടുണ്ട്. അവർ അടഞ്ഞ ശബ്ദത്തിൽ മുദ്രാവാക്യം വിളിക്കുന്നു. ഒറ്റുകാരൻ ശിവരാമൻ നായരുടെ ആത്മാവ് വെടികൊണ്ട പന്നിമാതിരി ഓടുകയാണ്. ദൂരെ കമിഴ്ന്ന്കിടന്നു കരയുന്ന ഒരു പൊലീസുകാരന്റെ മുഖം എന്റെ മനസ്സിലേക്ക് വന്നു. രാമചന്ദ്രൻനായർ. നക്സൽബാരി കല്ക്കത്തയും കടന്ന് വ്യാപിക്കുന്നകാലം. ലക്ഷ്യം നല്ലത്. മാർഗ്ഗം തെറ്റിപ്പോയി. നക്സലൈറ്റുകളിൽ ചിലർ പില്ക്കാലത്ത് കാഷായത്തിൽ അഭയം തേടിയിരിക്കുന്നു. എന്തെല്ലാം മറിമായം!.

"നൗഷാദ്, എനിക്ക് അയാളുടെ കുഴിമാടം കാണണം."

"നിർബ്ബന്ധമാ?"

"ഉം"

വെള്ളമുണ്ടയിലെ ഒഴുക്കമ്പൂലയിലെ അരീക്കാട്ട് കുടുംബത്തിലേക്ക് കാലെടുത്തുവെച്ചപ്പോൾ നന്നേവിറയ്ക്കുണ്ടായിരുന്നു. വർഗ്ഗീസിന്റെ രക്തബന്ധുവായ ഒരു പുരുഷനും സ്ത്രീയും പുറത്തേയ്ക്ക് വന്നു, നിർദ്ധനാവസ്ഥയിലാണ്.

"സ്മാരകംവരെ" കൈചൂണ്ടിക്കാണിച്ചു. നിധി പരിചയമുള്ള വഴിയിലൂടെന്നപോലെ ഓടിപ്പോയി.

"സൂക്ഷിച്ചുപോകണം, വല്ല ഇഴജന്തുക്കളും കാണും." സൂര്യ

വിളിച്ചു പറഞ്ഞു. നിധി അതൊന്നും വകവെച്ചില്ല.

'എ വർഗ്ഗീസ്'

മുപ്പത്തിയൊന്നാം പിറന്നാൾദിനത്തിൽ പ്രാണൻ പറന്നുപോയ വർഗ്ഗീസിനെ നിധിക്ക് പറഞ്ഞുകൊടുത്തു. അവൾ കുറച്ചുനേരം മിണ്ടാതെ നിന്നു. കാട്ടുപൂക്കൾ പറിച്ച് ഭവ്യതയോടെ സമർപ്പിച്ചു. സൂര്യ ആകാശത്ത് പാറിപ്പറക്കുന്ന ഒരുമഴക്കിളിയെ സാകൂതം നോക്കിനിന്നു. എം വി രാഘവനെ ഓർത്തു. അദ്ദേഹമാ വർഗ്ഗീസിനെ വയനാട്ടിലേക്ക് നിയോഗിച്ചത്.

ഒരുഭാഗത്ത് ചോമൻമൂപ്പനും എം പി കാളനും. മറുഭാഗത്ത് വാസുദേവ അഡിഗയും ചേക്കുവും. ഇടയിലൂടെ ഒരു നദി ഒഴുകുന്നു, ചോരനദി. ലക്ഷ്മണയും വിജയനും രാമചന്ദ്രൻനായരും ലാത്തി ചുഴറ്റി ആക്രോശിച്ചു.

"കൂടുതൽ നേരം നില്ക്കണ്ട. തെളിയാത്ത ഒത്തിരി കേസുകൾ ഇനിയുമുണ്ട്."

"വാ നൗഷാദെ പോകാം."

ഞാൻ പുറത്തേക്ക് നോക്കിയിരുന്നു. കാർ വളവുകൾ തിരിഞ്ഞ് പോകുകയാണ്.

"എന്തേ?"

"ഒന്നുമില്ല. അകാലത്തിൽ ഹോമിക്കപ്പെട്ട യൗവനങ്ങളെക്കുറിച്ച് ചിന്തിക്കുകയായിരുന്നു."

"കുടുംബശ്രീ ഊണ്."

"ഉച്ചയുണ് ഇവിടുന്നായാലോ?"

"പിന്നെന്താ"

സമയം രണ്ടുമണികഴിഞ്ഞിരിക്കുന്നു. കാർ റോഡിൽ നിന്നിറക്കി ഒരു മരത്തണലിൽ പാർക്ക് ചെയ്തു. ഒരു പഴയകെട്ടിടം. ബഞ്ചും ഡസ്ക്കും നിരത്തിയിട്ടിരിക്കുന്നു. തിരക്കില്ല.

"ഊണുണ്ടാകുമോ?"

നൗഷാദ് വിളിച്ചു ചോദിച്ചു.

"എത്രയാള് സാറേ?"

"അഞ്ചാള്"

"ഹേ വല്ലീ അഞ്ചാൾക്ക് ഊണ്, ഒന്ന് നമ്മുടെ ഡി എം സി സാറ്"

"ആര് നൗഷാദ് സാറാ?"

അകത്തുനിന്നാണ്.

"കൊടുക്കാം"

സ്ത്രീകൾ ആദരവോടെ നൗഷാദിനെ വണങ്ങി. സുബൈദയ്ക്ക് ഊണുവേണ്ട. കട്ടൻ മതിയെന്ന്. മലകയറ്റം അത്ര സുഖമായിട്ടില്ല. സുബൈദ സ്ത്രീകളിൽ ഒരാളുമായി ഹോട്ടലിന്റെ പുറകുവശത്തേക്ക് പോയി. ഡെസ്ക്കിൽ വാഴയില നിരത്തി. പുഞ്ചയരിച്ചോറും നാടൻ കറികളും വിളമ്പി.

വയനാടിന്റെ തനത് രുചികൾ. വല്ലി നൗഷാദിനോട് ഇടയ്ക്കെന്തോ ചോദിക്കുന്നുണ്ടായിരുന്നു.

"ഇക്കാ ഈ കക്ഷിയെ മനസ്സിലായോ?"

"പേര് നല്ല പരിചയമുള്ളതുപോലെ."

"ഇവിടുത്തെ സി ഡി എസ് പ്രസിഡന്റാ. കഴിഞ്ഞ റിവ്യൂമീറ്റിങ്ങിൽ ഞാൻ പറഞ്ഞ സംഭവമില്ലേ, അഗതി ആശ്രയ പ്രോജക്റ്റിലെ?"

ഞാൻ വല്ലിയെ ശ്രദ്ധിച്ചു.

'കാതിലാണേ കമ്മലില്ല
കഴുത്തിലാണേ മാലയില്ല......

പൊന്നും പണവുമില്ലാതെ കെട്ടാച്ചരക്കായി നിന്നുപോയ ഒരു പാവം ദളിത് സ്ത്രീ. ഏതോ പുറംപോക്കിൽ ഒടിച്ചുകുത്തിയ മാടത്തിൽ അരപ്പട്ടിണിയും പരിവട്ടവുമായി കഴിഞ്ഞു കൂടുകയാണവൾ. വാർദ്ധക്യവും രോഗവും ബാധിച്ച മാതാപിതാക്കളെ പരിപാലിക്കണം. സാമാന്യ വിദ്യാഭ്യാസമുണ്ട്. വിനയം നിറഞ്ഞ പെരുമാറ്റം. അത്യാവശ്യം ലോകവിവരം.

വല്ലി ലീഡറായിട്ടുള്ള സംരംഭമാണ് 'കുടുംബശ്രീ ഊണ്.' തോട്ടം തൊഴിലാളികൾ ഉച്ചയൂണിനുവരും. അറുപത് ഊണ് ചെലവാകും. അഞ്ചാൾക്ക് ദിവസവും 300 രൂപാവീതം കിട്ടും. പഞ്ചായത്ത്, കൃഷി, വില്ലേജ് ഇവരൊക്കെ ചില ഓർഡറുകൾ കൊടുക്കും. സി ഡി എസ് പ്രസിഡന്റിന്റെ ചുമതലകൾ നിർവ്വഹിക്കാനായി കൂടെയുള്ളവർ ചില സൗജന്യങ്ങൾ നല്കും.

"എനിക്ക് ആ വീടൊന്നു കാണണം, നൗഷാദേ."

"പിന്നെന്താ"

നിധിയും സൂര്യയും സുബൈദയും കടയിലെ ചേച്ചിമാരോടൊത്ത് പഴുത്ത കുരുമുളക് ശേഖരിക്കുകയാണ്. വല്ലി ഒരു പാവയെപ്പോലെ മുൻപേ നടന്നു. വയറു നിറഞ്ഞിരുന്നതിനാൽ എനിക്ക് അത്ര വേഗത്തിൽ നടക്കുവാനാകുന്നില്ല.

"സാറേ, മുള്ളുക്കുറുമർ, അടിയർ, കാട്ടുനായ്ക്കർ, പണിയർ, കുറിച്യർ ഇവരൊക്കെ ആദിവാസി വിഭാഗങ്ങളാ. കരിന്തണ്ടൻ, പണിയർ വിഭാഗത്തിലെ മൂപ്പനായിരുന്നു. അവർ കാട്ടിൽനിന്ന് തേൻ ശേഖരിച്ചും കാട്ടുകനികൾ ഭക്ഷിച്ചും കൃഷിചെയ്തുമൊക്കെ ജീവിച്ചുപോകയാണ്. സ്വാതന്ത്ര്യം കിട്ടി പത്തെഴുപത് കൊല്ലം കഴിഞ്ഞിട്ടും അവറ്റകൾക്ക് വലിയ മാറ്റമില്ല സാറമ്മാരേ. അവരുടെ ഭൂമിയാ തെക്കര് കൈയേറിയേ. പഴശ്ശിരാജാവ് വയനാട്ടിലെ കുറിച്യ ഗോത്രക്കാരെയാ സംഘടിപ്പിച്ച് ബ്രിട്ടീഷ്കാരുമായി ഒളിപ്പോരാട്ടം നടത്തിയത്. സായിപ്പന്മാര് തേയിലയും മറ്റു നാണ്യവിളകളും കൃഷിചെയ്യാൻ നാട് തുറന്നുകൊടുത്തു. ഇവിടേക്ക് വലിയ കുടിയേറ്റമുണ്ടായി. വെട്ടിപ്പിടിച്ചും കൃഷിചെയ്തും ഈ നാട് അവരുടേതാക്കി. വയനാട്ടിന്റെ മക്കൾക്ക് മണ്ണില്ലാതെയായി. നമ്മേൾ കാണാൻ പോകുന്നത് ഒരു ആദിവാസി മൂപ്പനെയാ, കറപ്പൻ. നമ്മളാ

വീട് നല്കിയത്, ആശ്രയ പദ്ധതിയില്. അഞ്ചു സെന്റ് വസ്തു വാങ്ങി വീടുവെച്ചു, വെള്ളവും വെളിച്ചവും എത്തിച്ചു. ഭക്ഷ്യസാധനങ്ങൾ കൊടുക്കുന്നു, മരുന്നും."

"എല്ലാ അർത്ഥത്തിലും പുറന്തള്ളപ്പെട്ട മനുഷ്യരെ എല്ലാം നല്കി മുഖ്യധാരയിലെത്തിക്കുന്ന ഭാവനാപൂർണ്ണമായ പദ്ധതിയാ അഗതി ആശ്രയ" ഞാൻ പൂരിപ്പിച്ചു.

"ആ കാണുന്നത് ആദിവാസി ഊരുകളാ."

വല്ലിയെ എതിരെവരുന്ന സ്ത്രീകളും പുരുഷന്മാരും പ്രായഭേദമെന്യേ വണങ്ങുന്നു.

'അടക്ക ചുക്ക് ചുക്കടക്ക
അടക്ക കത്രി കരണ്ടകം
ചെമ്പരുന്ത് ലൂല് വലിച്ച്
പച്ച കുപ്പിടി കണ്ണാടി...'

എവിടെ നിന്നോ ഒരു പാട്ട് ഒഴുകിവരുന്നുണ്ട്.

"എന്താണത്?" ഞാനാരോടെന്നില്ലാതെ ചോദിച്ചു.

"കറപ്പനും കീരത്തിയുമാ. ഒരു കാലത്തെ ഓർത്തെടുക്കുവാ സാറമ്മാരേ. നേരത്തും നേരംകെട്ട നേരത്തും ഇത്തരം പാട്ടുകൾ മാനത്തൂന്ന് ഇടിയോടുകൂടി പെയ്യുംപോലെ ഈ വനമേഖലയാകെ പരക്കാറുണ്ട്. പ്രകൃതിയും സന്തോഷിക്കാറുണ്ട്. ചില നേരങ്ങളിൽ കാടിറങ്ങിവന്ന് കിളികൾ ഒപ്പംകൂടി പാടാറുണ്ട് സാറമ്മാരേ. അവരുടെ സങ്കടങ്ങൾ ആടിയും പാടിയും പറഞ്ഞും കരഞ്ഞും തീർക്കുകയാണ്." ഞാൻ വല്ലിയെ അത്ഭുതത്തോടെ നോക്കി. നിർവ്വികാരയായ ഒരു മലപോലെ വല്ലി വികസിച്ചു വരുന്നതായി തോന്നി.

കിഴവൻ എഴുന്നേറ്റുനിന്നു. പരിഭ്രമവും ഭവ്യതയും ഇഴചേർന്ന്. സായിപ്പന്മാരുടെ വേഷമണിഞ്ഞ ഞങ്ങൾ രണ്ടുപേർ. അപ്പുറത്ത് ഗാന്ധിയെപ്പോലെ അർദ്ധനഗ്നനായ പടുകിഴവൻ. വല്ലി പറഞ്ഞു.

"അമ്മിരവെ (വയസ്സൻ) കറപ്പൻ, അമ്മിരാത്തി കീരത്തി. കീരത്തിയാ നമ്മുടെ ബനിഫിഷറി. ആസ്മാരോഗിയാ, മക്കളില്ല, ആരുമില്ല" കറപ്പൻ നൗഷാദിനെ സൂക്ഷിച്ചുനോക്കി.

"മൂപ്പൻകരിന്തണ്ടനെ കൊന്ന സായിപ്പാ" നൗഷാദ് പിന്നോക്കം വലിഞ്ഞു. എന്നെ കറപ്പൻ രൂക്ഷമായി നോക്കി."അയ്യാളു പൊലീസ് ഏമാൻ ലച്ച്മണ" ഞാൻ എന്നെ ശപിച്ചു.

അവിടെ വെടി ശബ്ദങ്ങളും ദയനീയമായ ഞരക്കവും പ്രാവുകൾ കുറുകുന്നതിന്റെ ശബ്ദവും നിറഞ്ഞതുപോലെ.

"ഇവരുടെ സമ്പത്ത് കൈയേറിയവന്മാര് എത്ര പുണ്യാളന്മാരാണെങ്കിലും ഒരുകാലത്തും ഗുണം പിടിക്കില്ല സാറേ" വല്ലി കരയുന്നോ?

"ഒരുകാലത്ത് ഇവരുടേതായിരുന്നു ഈ പ്രദേശം മുഴുവൻ. പ്രകൃതിയെ നോവിക്കാതെ ഇവർ ജീവിച്ചുപോന്നിരുന്നു. കുറ്റിയും പറിച്ചുവന്നവർ കുറ്റിനാട്ടി കമ്പിവേലി കെട്ടി പതിച്ചെടുത്തു. ഇവറ്റകൾക്ക് വാറ്റുചാരാ

യവും ജാപ്പാണം പുകയിലേം നല്കി. ദാ ഇപ്പോ ദാനം നല്കിയ അഞ്ചു സെന്റിൽ വീടുപോലൊന്ന് വെച്ച് സർക്കാരിന്റെ കനിവും കാത്ത് കഴിയുകയാ."

കീരത്തി മുറ്റം മിനുക്കിയിട്ടിരിക്കുന്നു. ആ ശിലായുഗ മനുഷ്യൻ ഇപ്പോൾ ശാന്തനായിരിക്കുന്നു.

"ഹേ അമ്മിരാവേ, ഇവരെ മനസ്സിലായോ?"

"അറിവാങ്കാണി (അറിയാൻ വയ്യ)" കനല് വാരിയിട്ടതു പോലെ ഭൂമിയിൽ കാലുറപ്പിക്കാതെ അയാൾ നിന്നു.

"വീടുതന്ന നമ്മ സർക്കാരിന്റെ സാറമ്മാരാ. ഇത് നമ്മുടെ സാറ് നൗഷാദ്. ഇത് സാറിന്റെ ചങ്ങാതി"

"നിന്ന ഒടുക്കത്തെയാഞ്ചു (നിന്റെ അവസാനത്തെയാണ്)" കറപ്പൻ ഒരു പിടിമണ്ണ് വാരി പുറത്തേക്കെറിഞ്ഞു.

"നക്സൽ വർഗ്ഗീസിനെ കൊന്ന പൊലീസിനേയും കരിന്തണ്ടനെ ചതിച്ചുകൊന്ന സായിപ്പിനേയും സദാ പിരാകിക്കൊണ്ടിരിക്കയാണ് കറപ്പനും കീരത്തിയും. വർഗ്ഗീസ് കറപ്പനെ അക്ഷരം പടിപ്പിച്ചിരുന്നെന്ന്."

ഒരു പായ കീരത്തി നിവർത്തിയിട്ടു. നൗഷാദും ഞാനും ഇരുന്നു. മൈലാഞ്ചി വേലിയുണ്ട്. ഒരു ചാവാലിപ്പട്ടി അവിടമാകെ ഓടി നടക്കുന്നു. പൂച്ച ഒരു മഞ്ഞച്ചേരയുമായി വഴക്കിട്ടുനില്ക്കുന്നു. മൺപാത്രത്തിൽ വെള്ളം കൊണ്ടുവന്നുതന്നു, പേരയില വെള്ളമാണ്. ഒറ്റവലിക്ക് കുടിച്ചു.

വരാന്തയിലെ ഭിത്തിയിൽ ഒരു ചുവന്ന കൊടി. മുളംകമ്പ് കൊണ്ടുണ്ടാക്കിയ ഒറ്റഫ്രെയിമിൽ മൂന്നുപടങ്ങൾ. ഞങ്ങൾ പടം കാണാനായി എഴുന്നേറ്റു. വടക്കേയറ്റത്ത് നക്സൽ വർഗ്ഗീസ് രക്തമൊലിപ്പിച്ചുകിടക്കുന്ന പടം, കരികൊണ്ട് എന്തോ എഴുതിയിരിക്കുന്നു. ഇല്ല, വായിക്കുവാനാകുന്നില്ല. ഞാൻ വല്ലിയെ നോക്കി.

ഇടത്തേയറ്റത്ത് കരിന്തണ്ടനാണ്. അശാന്തമായ ആത്മാവിനെ ചങ്ങലയിൽ ബന്ധിച്ച ചിത്രം. 'കാട് കാട്ടുവാസികളുടേതാ, നിന്റെ തന്തവകയല്ല' എന്ന് കുത്തിവരച്ചിരിക്കുന്നു. ഒരു കാറ്റ് ചീറിയടിച്ചു. കാറ്റിനൊപ്പം മഞ്ഞച്ചേര മാളത്തിലേക്ക് കയറിപ്പോയി. പൂച്ച വീടിനു ചുറ്റും ഓട്ടംതുടങ്ങി. ചാവാലിപ്പട്ടി തിണ്ണയിലേക്ക് കയറിക്കിടപ്പായി.

നടുക്കുള്ള ചിത്രം നോക്കി. പരിചയമുള്ള മുഖം. പച്ചിലച്ചാറ് കൊണ്ട് രചിച്ചതാ. ഒരു സ്ത്രീ രൂപം. ഞാൻ നൗഷാദിനെ നോക്കി. നൗഷാദ് അവശേഷിച്ച കുടിവെള്ളം പട്ടിക്ക് നല്കുകയാണ്. വല്ലി തല കുനിച്ചു നില്ക്കുന്നു. ഞാനവരോട് ചോദിച്ചു.

വേലിയരികു വരെ ചാവാലിപ്പട്ടി ഞങ്ങളെ അനുഗമിച്ചു.

"ഇത് നിങ്ങളല്ലേ"

"അതെ സാർ"

കറപ്പൻ പൂരിപ്പിച്ചു. "ഇവള് ഏങ്കള്ക്ക് കാണപ്പെട്ട ദൈവേ. അപ്പുള്ളേ (ആ കുട്ടി) കുടിയും അരിയും തന്നില്ലാങ്കി ഞങ്ങ ചത്തുപോയേനെ. പിന്നീട് നടന്നത് അവിശ്വസനീയമായിരുന്നു. ആ പടുവൃദ്ധനും വൃദ്ധയും

വല്ലിയുടെ കാലിൽ തൊട്ടുവണങ്ങി. "ഏങ്കടെ ദൈവേ"

വല്ലിയുടെ കണ്ണീർ കായലായി.

നൗഷാദിന്റെ മൊബൈൽ ശബ്ദിച്ചു.

"നിങ്ങളെവിടാ?"

"ഇക്കാ, സാഹിറയാ വിളിച്ചത്, കെട്ട്യോള്. ബിരിയാണി ഉണ്ടാക്കി കാത്തിരിക്കയാ പാവം."

വേലിയരികു വരെ ചാവാലിപ്പട്ടി ഞങ്ങളെ അനുഗമിച്ചു. അപ്പോഴും പൂച്ച ഓട്ടം നിർത്തിയിരുന്നില്ല.

മിന, കൂടാരങ്ങളുടെ കൂടാരം

തീർത്ഥാടകസംഘം അസീസിയായിൽനിന്നും മിനായിലേക്ക് യാത്രയായി. മിന, കൂടാരങ്ങളുടെ കൂടാരമാണ്. വെളുപ്പിന്റെ കടൽ. പല ഭാഷക്കാർ, വേഷക്കാർ. കുറിയവർ, നീളമുള്ളവർ. കറുത്തവരും വെളുത്തവരും. പലപ്രായക്കാർ. അറബിയും അനറബിയും. സ്വർഗ്ഗത്തിലെ പരവതാനികളുമായി മലക്കുകൾ കണ്ണിൽപ്പെടാതെ പായുന്നു.

ബീഗം ആബിദ, അക്ബറിനൊപ്പം ദിക്റ്[1] ചൊല്ലിനടന്നു. മിനായിലെ കുറച്ചുദിവസത്തെ വാസത്തിന് അനിവാര്യമായതു മാത്രമേ കരുതിയിട്ടുള്ളു. വഴികൾ കൂടാരങ്ങളിലേക്ക് തിരിയുന്നു.

മിന ഒരു തയ്യാറെടുപ്പാണ്. ഒരു കുഞ്ഞുകിടക്ക, കുഞ്ഞു തലയിണ, പുതപ്പ്. നിവർന്നേ കിടക്കാനാകൂ. ഇടംവലം തിരിയാതെ, ഖബറിലെന്നപോലെ ഏകാഗ്രമായി കിടക്കണം. ചിലർ ചിലനേരങ്ങളിൽ കുഴിമാടങ്ങളുടെ നെഞ്ചിൽചവിട്ടി തലങ്ങും വിലങ്ങും നടക്കും.

വലിയ കോപ്പ നിറയെ ചായ, കഞ്ഞി. നാവിലിറ്റുനില്ക്കുന്ന രുചിയാണ്. മലയാളി സന്നദ്ധ പ്രവർത്തകർ ഹാജിമാർക്ക് ഹിദ്മത്ത്[2] ചെയ്യാനായി മത്സരിക്കുകയാണ്.

മഞ്ഞും ചൂടും വല്ലാതെ വിഷമിപ്പിക്കുന്നുണ്ടായിരുന്നു. രണ്ടുനാൾ കഴിഞ്ഞ് മിനായിൽനിന്ന് അറഫായിലേക്ക് തിരിച്ചു. മിന–അറഫാ വഴിയിൽ സംസം (പുണ്യജലം) വെള്ളത്തിന്റെ പൊതു ടാപ്പുകൾ. സൂര്യൻ ഒരുചാൺ അകലത്തിൽ കത്തുകയാണ്. വാഹനങ്ങളിൽനിന്ന് വർണ്ണക്കുടകൾ വാരി വിതറുകയാണ്. ഒന്നിലധികം കുടകൾ വാങ്ങി സഞ്ചിയിൽ സൂക്ഷിച്ചു. എന്തിനാണ് കുടകൾ അധികമായി വാങ്ങിയത്? ആർത്തിയിൽനിന്ന് മോചിതനായിട്ടില്ലെന്ന ബോധം അക്ബറിനെ അലട്ടി. മനുഷ്യസാഗരത്തിൽ അവർ മുങ്ങി. ശുഭ്ര വസ്ത്രപ്രളയത്തിൽ

പരസ്പരം അറിയാതെയായി. ബീഗം ആബിദയുടെ കണ്ണുകളിൽനിന്ന് അക്ബർ മറഞ്ഞിരിക്കുന്നു. "ഞാൻ മലയാളി സ്ത്രീകളോടൊപ്പമുണ്ട്, നടന്നോളൂ." മൊബൈലിൽ സന്ദേശമെത്തി. ഒരങ്കലാപ്പ് മാറാതെ കൂടിയിരിക്കുന്നു.

ഭൗതിക ജീവിതത്തിന്റെ കെട്ടുപാടുകളിൽനിന്ന് തനിക്കു മോചന മായിട്ടില്ലെന്ന് അക്ബർ തിരിച്ചറിഞ്ഞു.

അറഫ മഹാസമ്മേളനം. ജബലു റഹ്മ[3] നിവർന്നു നില്ക്കുന്നു. ചിലരതിന്റെ ചരിവുകളിൽ ഇടംതേടിയിരിക്കുന്നു. ആ മലമുകളിൽ നിന്നാണ് പുന്നാരനബി അനുയായികളെ അഭിസംബോധന ചെയ്തത്. ഖുതുബത്തുൽ വിദാഅ അഥവാ വിടവാങ്ങൽ പ്രസംഗം. ഒരു പ്രസംഗം സാന്ദ്രമധുരമായി ഒഴുകിവരികയാണ്.

'നിങ്ങളുടെ കൈവശം ആരുടെയെങ്കിലും സൂക്ഷിപ്പു മുതലുണ്ടെ ങ്കിൽ അത് കൊടുത്തുവീടുക. എല്ലാ ദുരാചാരങ്ങളും ഞാനിതാ കുഴി ച്ചുമൂടുന്നു. പലിശ നിരോധിച്ചിരിക്കുന്നു. എല്ലാ പ്രതികാരങ്ങളും അവ സാനിപ്പിച്ചിരിക്കുന്നു. ജനങ്ങളേ, സ്ത്രീകളുടെ വിഷയത്തിൽ നിങ്ങൾ അല്ലാഹുവിനെ സൂക്ഷിക്കണം. നിങ്ങൾ അവരോട് മാന്യമായി പെരു മാറുക. ഞാനിതാ രണ്ടുകാര്യങ്ങളെ നിങ്ങളെ ഏല്പിക്കുന്നു. ഖുർആനും പ്രവാചകന്റെ ചര്യകളും...'

ആ വാക്കുകൾ ജബലുറഹ്മയിൽ പ്രതിദ്ധ്വനിക്കുന്നതായി അക് ബറിനു തോന്നി. മസ്ജിദുനമിറ[4] സാക്ഷിയായി പൂത്തുലഞ്ഞു നില് ക്കുന്നു. ആൾക്കൂട്ടത്തിൽ ബീഗത്തെ ഉപേക്ഷിച്ച താൻ നന്നായി പ്രവാ ചകനെ വായിച്ചിട്ടില്ലല്ലോ, കുറ്റബോധം വ്യാപിക്കുകയാണവിടമാകെ.

അറഫ, ലോകത്തിന്റെ നേർക്കാഴ്ചയായിരിക്കുന്നു. ഇഹ പര വിജയത്തിനായുള്ള പ്രാർത്ഥനകൾകൊണ്ട് അറഫ കണ്ണീർക്കടലായി. ഭാര്യയെക്കുറിച്ചുള്ള ചിന്ത അക്ബറിന്റെ ഏകാഗ്രത നഷ്ടപ്പെടുത്തി യിരിക്കുന്നു. മൊബൈൽ ശബ്ദിക്കുന്നില്ല. ചാർജ് തീർന്നിരിക്കുന്നു. തന്റെ പാദരക്ഷകൾ പൊട്ടിപ്പോയിരിക്കുന്നു. ആരോ വഴിവക്കിലുപേക്ഷിച്ച തേഞ്ഞുതീരാറായ പാകമല്ലാത്ത ചെരിപ്പണിഞ്ഞ് ക്ലേശിച്ചുനടന്നു. ഉപ്പൂറ്റി വിണ്ടുകീറിയിട്ടുണ്ട്.

സൂര്യൻ മടങ്ങുകയാണ്. അറഫ വൈദ്യുത പ്രഭയിലായി. മസ്ജിദു നമിറയിൽനിന്ന് മധുരരാഗത്തിൽ വിളിച്ചുപറഞ്ഞു. 'അല്ലാഹു അക് ബർ....' അക്ബർ മുസ്തലിഫയിലേക്ക് നടന്നു. ചിലരൊക്കെ ട്രെയിനു കളിലും ബസുകളിലും കയറിപ്പറ്റിയിട്ടുണ്ട്. രാവിനെ കീറിമുറിച്ച് ലോകർ ക്കൊപ്പം ഏന്തിയേന്തി നടന്നു. ഉപ്പൂറ്റിയിൽനിന്ന് രക്തം കിനിയുന്നുണ്ട്. തിരക്കിൽപ്പെട്ടു. ശ്വാസം കിട്ടുന്നില്ല. മരണം തന്നോടൊപ്പം കൂടെയു ണ്ടെന്ന ഓർമ്മ അയാളെ നടുക്കി.

ജീവിതത്തെ താൻ കണക്കറ്റ് സ്നേഹിക്കുന്നുവോ? ബീഗം എവിടെ യാകും? ആരെങ്കിലും സഹായിക്കാനുണ്ടാകുമോ? എന്തെങ്കിലും കഴി ച്ചിട്ടുണ്ടാകുമോ? വിശന്നുവലഞ്ഞ് തലചുറ്റി വീണിരിക്കുമോ? ദൈവത്തി

ലുള്ള വിശ്വാസമെന്തേ തന്നിലേക്കെത്തുന്നില്ല എന്നത് അക്ബറിന് ഭാരമായി തോന്നി. കണ്ടെത്താനുള്ള മാർഗ്ഗമെന്താണ്? "ബീഗം, ഞാനിവിടെയുണ്ട്. മുസ്തലിഫയിലേക്കുള്ള വഴിയിൽ, പേടിക്കേണ്ട മനുഷ്യരോടൊപ്പം നീ നടന്നോളൂ. എല്ലാ കൈയേറ്റങ്ങളും വിലക്കിയിട്ടുള്ള ഭൂമിയാണിത്. നാളെ മിനായിലെ തമ്പിൽ വെച്ച് കാണാം."

അതെങ്ങനെ ഉറപ്പിക്കാനാകും.?

"ഇൻഷാ അള്ളാ, ഞാൻ പ്രാർത്ഥിക്കുകയാണ്." അക്ബർ തിരുത്തി. ശബ്ദം എവിടെയോ തടസ്സപ്പെട്ടിരിക്കുന്നു. പരലോകത്തും താനൊറ്റയ്ക്കാകുമോ ആ ചിന്ത അക്ബറിനെ ആശങ്കയിലാഴ്ത്തി.

ഹാവൂ, മുസ്തലിഫയിൽ എത്തിച്ചേർന്നിരിക്കുന്നു. പകലു പോലെ. മഗ്രിബും ഇഷായും ഒന്നാക്കി നിസ്കരിക്കണം. തടിച്ചുകൊഴുത്ത ഒരുവന്റെ പുതപ്പിലിടം തേടി.

"മേ ഐ പ്രേ ഹിയർ, സാഹിബ്?"

"ഓകെ, ഓകെ"

"ആർ യു ഫ്രം ഇന്ത്യ?"

"യെസ്"

"ഞാൻ അഭയാർത്ഥിയാണ്. മനുഷ്യരെ ചികിത്സിക്കുന്നവൻ." അയാൾ മലയാളത്തിൽ സംസാരിച്ചിരിക്കുന്നു.! അക്ബർ ഡോക്ടറുടെ പുതപ്പിലിരുന്നു. ഡോക്ടർ അക്ബറിനെ സൂക്ഷിച്ചുനോക്കി. അയാൾ മന്ത്രിച്ചു.

"ലിഫ്റ്റ്" ഒരു നടുക്കത്തോടെ അക്ബർ ഡോക്ടറെ നോക്കി. ഒരു ലിഫ്റ്റ് പൊട്ടിവീഴുന്ന ശബ്ദം. 'ലാ ഇലാഹ ഇല്ലള്ളാഹ് (അള്ളാഹുവാണ് ആരാദ്ധ്യൻ.) ഒരുകൂട്ടം മനുഷ്യർ ഒരുമിച്ച് വിളിച്ചു പ്രാർത്ഥിച്ചു. മദീനായിലെ പഴയ ബഹുനില കെട്ടിടത്തിലെ ലിഫ്റ്റിൽ താങ്ങാവുന്നതിലധികം തീർത്ഥാടകർ, കാത്തുനില്ക്കാൻ നേരമില്ലാതെ തിക്കിത്തിരക്കി കയറിയിരിക്കുന്നു. ഭാരം താങ്ങാനാവാതെ ഒരു കരച്ചിലോടെ ലിഫ്റ്റ് താഴേക്ക് വീഴുകയാണ്. ശ്വാസംകിട്ടുന്നില്ല. ബീഗം പ്രവാചകന്റെ പള്ളിയിലേക്ക് വന്നിരുന്നില്ല. കാലാകെ നീരു വന്ന് വീർത്തിരിക്കുകയായിരുന്നു. ഇവിടെ മരിച്ചുവീണാൽ ബീഗം എങ്ങനെയറിയാനാണ്?. അക്ബറിന് വേവലാതിയായി. ഹോട്ടൽ ജീവനക്കാർ ഓടിയെത്തി. നിമിഷനേരംകൊണ്ട് എല്ലാവരേയും രക്ഷിച്ചു. ഭൂമിക്കടിയിലെ ഇരുട്ട് മുറിയിൽ നിന്ന് ഭൂനിരപ്പിൽ എത്തുമ്പോഴും നടുക്കം വിട്ടുമാറിയിരുന്നില്ല. ഹൃദയമിടിപ്പു നോർമ്മലാകാൻ എത്രനേരമാണ് വേണ്ടിവന്നത്. തടിച്ചുകൊഴുത്ത ഡോക്ടർ സഫ്വാൻ കയറിയില്ലായിരുന്നെങ്കിൽ അന്ന് ലിഫ്റ്റ് തകരില്ലായിരുന്നു. ദാ, ആ പഹയൻ മുസ്തലിഫായിലെ ചൂടുകാറ്റേറ്റ് പുതപ്പുവിരിച്ച് പൊട്ടിവീണ ലിഫ്റ്റ് പോലെ കിടക്കുന്നു! പിന്നെ മദീനായിൽനിന്ന് ഉമ്മുൽ ഖുറാ (മക്ക)യിലേക്ക് വരുന്നതുവരെ അക്ബർ അഞ്ചാം നിലയിലേക്ക് നടന്നുകയറി. മുപ്പതുലക്ഷം മനുഷ്യരിൽനിന്ന് ഡോക്ടർ സഫ്വാന്റെ വിരിപ്പിൽത്തന്നെ നിസ്കാര സ്ഥലം കണ്ടെ

ത്താനാകുക. എന്തൊരത്ഭുതമാണ്.

മദീനായിൽവച്ചാണ് മൊബൈൽ റീ ചാർജ് ചെയ്യാനാകാതെ പള്ളി പ്പരിസരമാകെ നടന്നുവലഞ്ഞപ്പോൾ കുടച്ചുവട്ടിൽ ആരെയോ കാത്തു നില്ക്കുന്നു, അയൽക്കാരൻ സവാദ്! മൊബൈൽ റീ ചാർജ് ചെയ്ത് ഒരു കൂടനിറയെ മുന്തിരിയുമായി അയാൾ ഇതാന്നു പറയുന്ന വേഗത്തിൽ തിരിച്ചെത്തി. മദീനായുടെ രാജകുമാരൻ തന്റെ അനുയായികളുടെ ക്ഷേമത്തിനായി സദാ ഉണർന്നിരിക്കുകയാണ്. ഹബീബിന്റെ[5] ശുപാർ ശകൾ ദൈവം ഒന്നൊഴിയാതെ സ്വീകരിക്കുകയാണ്.

'യാ നബി സലാം അലൈക്കും'

അക്ബർ ഡോക്ടറുടെ പുതപ്പിലിത്തിരി നേരം മയങ്ങി. അസമയത്ത് ആകാശത്തു പാറിപ്പറക്കുന്ന കിളികളുടെ ശബ്ദം കേട്ട് അക്ബർ അത്ഭുതംകൂറി. അയാളുടെ ചുണ്ടിൽ തനിക്കഞ്ജാതനായ കവിയുടെ മധുര മാപ്പിളഗാനം പെയ്തിറങ്ങി.

'പാ.. റും കിളിയേ നീ
കഅ്ബ കണ്ടോ
പാടേ കറുത്തൊരു
ഹജറ് കണ്ടോ?
പാടും ഇബ്രാഹിം
മഖാമ് കണ്ടോ?
പറയൂ സഫാ-മർവാ
മലയും കണ്ടോ?
അരികെ സംസം എന്ന
കിണറ് കണ്ടോ?
അറഫ മൈതാനം നീ
കറങ്ങിക്കണ്ടോ.
അകലെ മുസ്തലിഫായിൽ
രാപ്പകൽ കണ്ടോ
അവിടുന്നും മിനായിൽ
നീ പറന്ന് കണ്ടോ...'

മുസ്തലിഫായിലെ നക്ഷത്രം ചൊരിയുന്ന പ്രഭയിൽ കുന്നിൻ ചരിവുകളിൽനിന്ന് ആകൃതിയൊത്ത പൊടിക്കല്ലുകൾ ചെറിയ തുണി സഞ്ചിയിൽ ശേഖരിച്ചു. രാവറുതിക്ക് മുൻപ് മിനായിലേക്ക് മടങ്ങി. ബീഗത്തെക്കുറിച്ച് യാതൊരറിവും കിട്ടിയില്ല. തിരക്കിൽ വീണ് ചവിട്ടേറ്റ് ചതഞ്ഞരഞ്ഞ് സുബർക്കത്തിലേക്കെത്തിയേക്കാമെന്ന ഈമാനോടെ[6] തീർത്ഥയാത്രാ സംഘത്തോടൊപ്പം നടന്നു.

മനസ്സിൽ പിടിമുറുക്കിയിരിക്കുന്ന അവിശ്വാസത്തെ തകർക്കാ നായി. ജംറ[7]കളിൽ ഇബ്‌ലീസിനെ ലക്ഷ്യമാക്കി കല്ലുകളെറിഞ്ഞു. ഒന്ന്, രണ്ട്...

ഇസ്മയിലിന്റെ കഴുത്ത് മുറിപ്പെടുത്താത്ത കത്തിയും, ഇബ്രാഹി

മിന്റെ അചഞ്ചലമായ ദൈവഭക്തിയും, സുബർക്കത്തിലെ ആടും മനസ്സിലേക്ക് ഓടിയെത്തി. സുബ്ഹിയിൽ കൂടാരത്തിൽ തലചുറ്റി വീണു. ബോധം തെളിഞ്ഞപ്പോൾ ബീഗത്തെ തേടിയിറങ്ങി. ഏഴാം കടലിൽ നഷ്ടപ്പെട്ട ചെറുതോണി തേടുന്ന തോണിക്കാരനെപ്പോലെ.

ബീഗം പരിക്ഷീണയായി, വിണ്ടുകീറി ചോരകിനിയുന്ന പാദങ്ങളുമായി യാചകിയെപ്പോലെ കൂടാരവഴിയിൽ നിറഞ്ഞ മിഴികളുമായി ഇരിക്കുന്നു. പരിഭവത്തോടെ അക്ബറിനെ നോക്കി.

"നിങ്ങളെന്തൊരു മനുഷ്യനാ, എന്റെ ആരെങ്കിലുമിവിടെയുണ്ടോ?"

"ഉണ്ടല്ലോ, അള്ളാഹു"

അവർ പിന്നീട് അതേക്കുറിച്ചൊന്നും പറഞ്ഞില്ല. നന്നേ പനിക്കുന്നുണ്ട്. ഡോക്ടർ സഫ്‌വാൻ പ്രത്യക്ഷപ്പെട്ടിരിക്കുന്നു. കൈയിൽ കരുതിയ ഗുളിക നല്കി വിശ്രമം നിർദ്ദേശിച്ച് നടന്നുമറയുന്നു. ഞാൻ കണ്ണിമ ചിമ്മാതെ നോക്കിനിന്നു.

കഅ്ബയോട് യാത്ര പറയണം. വിടവാങ്ങൽ തവാഫ്.[8] തുരങ്കത്തിലൂടെ നടന്നു. പറഞ്ഞറിയിക്കാനാകാത്ത തിരക്ക്. ഹറമിന്റെ കൂറ്റൻതൂണിൽ മറഞ്ഞുനിന്ന് ജീവൻകാത്തു. മറ്റൊരുതൂണും ചാരി നില്ക്കുന്നു ഡോക്ടർ സഫ്‌വാൻ. അഭൗമമായ പ്രകാശം പരക്കുന്നതായിതോന്നി. പനികുറവുണ്ടോ, എന്നുചോദിക്കുന്നു. അക്ബർ തല കുലുക്കി, ബീഗവും. ഡോക്ടർ ആൾക്കൂട്ടത്തിൽ അപ്രത്യക്ഷനായി.

സഫാ- മർവയിൽ നടന്നും ഇത്തിരി ഓടിയും ലക്ഷ്യമണയുകയാണ്. കുഞ്ഞിക്കാറ്റ് വീശി. അക്ബറിന്റെ ചുണ്ടിൽ നിരവധിതവണ അയാൾ ഉരുവിട്ട ഗാനം വീണ്ടും ചുംബിച്ചു.

'കാഫ് മല കണ്ട പൂങ്കാറ്റേ
കാണിക്ക നീ കൊണ്ടു വന്നാട്ടെ
കാരക്ക കായ്ക്കുന്ന നാടിന്റെ
മധുവൂറും കിസ്സ പറഞ്ഞാട്ടെ...'

പുണ്യ സംസം ആവോളം കുടിച്ചു. മുഖം തുടച്ചു. പുനർജ്ജന്മ സമാനമായ അനുഭൂതി. ഇഷ്ടമായതു ത്യജിക്കുംവരെ ത്യാഗമാവില്ലായെന്ന് ആരോ ഓർമ്മപ്പെടുത്തുന്നു. അസീസിയായിലേക്ക് മടങ്ങി. വഴിയരികിൽ നിർത്തിയിട്ട വാഹനത്തിൽനിന്ന് ഭക്ഷണപ്പൊതികൾ വിളമ്പുന്നു. ക്യൂവിൽനിന്ന് ഒരു പൊതിവാങ്ങി. ബീഗത്തിന് മാംസാഹാരം വേണ്ട. ദന്തഡോക്ടർ സലിമും ഭാര്യ കോളേജദ്ധ്യാപിക മെഹറും കാത്തിരിക്കുന്നു. തലശ്ശേരിക്കാരാണ്. കഞ്ഞി ഉണ്ടാക്കിയിട്ടുണ്ട്. ബീഗം കുടിച്ചെന്നു വരുത്തി.

ബീഗത്തിന് പനി കൂടിയതുപോലെ. രാത്രിയിൽ രണ്ടുമൂന്നു തവണ ഓക്കാനിച്ചു. ആശുപത്രിയിൽ പോകുന്നതാണ് നല്ലത്. ഷിഹാദിനെ വിളിച്ചു, ജിദ്ദയിലാണ്. അക്ബറിന്റെ സഹോദര പുത്രനാണ്. കുടുംബസമേതം 'ഷറഫിയ'[9]ക്കടുത്ത് താമസിക്കുന്നു. അയാൾ നേരം വെളുക്കുന്നതിനുമുൻപ് കാറുമായെത്തി. ബീഗത്തെ താങ്ങി വണ്ടിയിൽ

കയറ്റി.

മക്കയിൽനിന്ന് ജിദ്ദയിലേക്ക്, പാത നീണ്ടുനിവർന്നു കിടക്കുന്നു. തദ്ദേശിയർക്കായുള്ള വീടുകൾ പണിയുന്നതു കാണാം. കിങ് അബ്ദുൽ അസീസ് ഹോസ്പിറ്റലിൽ മൂന്നുനാൾ. നഴ്സ്

സാഹിറ ആലപ്പുഴക്കാരിയാണ്. വലിയ ആശ്വാസമായിരുന്നു. പാലാക്കാരി മേരിക്കുട്ടി സിസ്റ്ററും കുമരംപുത്തൂരിൽനിന്നുള്ള പാർവ്വതി വാരസ്യാരും പർദ്ദയിലാണ്.!

ഷിഹാദിന്റെ വീട്ടിലെത്തി. ഷൈമ എല്ലാ പരിചരണവും നല്കി. അവൾ ജനിച്ചതും വളർന്നതും പഠിച്ചതും മക്കയിലാണ്. ആകാശം നിറയെ നക്ഷത്രങ്ങൾപോലെ കൂറ്റൻവിമാനങ്ങൾ. ലോകത്തിന്റെ വിവിധ ഭാഗങ്ങളിലേക്ക് തീർത്ഥാടകരേയുംകൊണ്ട് മടക്കയാത്ര നടത്തുന്നവ, ലാന്റിങ്ങിനായി ഊഴം കാത്ത് ആകാശപ്പാതയിൽ നില്ക്കുന്നവ. ജിദ്ദ എയർപോർട്ടാണ്. കിങ് അബ്ദുൽഅസീസ് ഇന്റർനാഷണൽ എയർ പോർട്ട്. രാത്രിക്കാഴ്ച കാണേണ്ടതാണ്.

ഷെറഫിയ മലയാളി കേന്ദ്രമാണ്. നാട്ടിലെത്തിയ പ്രതീതി. ജിദ്ദ സൗദിയുടെ വാണിജ്യതലസ്ഥാനമാണ്. കിങ് ഫഹദ് ജലധാര പോലെ ഒത്തിരി ദൃശ്യങ്ങൾ.

കുറെ സാധനങ്ങൾ വാങ്ങി, നാട്ടിലേക്കയച്ചു. അസീസിയായിൽ മടങ്ങിയെത്തി. അസീസിയ ശൂന്യമാവുകയാണ്. ഒരാഴ്ചയ്ക്കുള്ളിൽ പലരും നാട്ടിലേക്ക് മടങ്ങിയിരിക്കുന്നു. കുറച്ചുപേർ മദീനായിലേക്കും, ബദർ രണഭൂമി കണ്ടൊരു ചരിത്രയാത്ര.

നാട്ടിലേക്ക് മടങ്ങാനായി പെട്ടികൾ നിറച്ചു. ശരീരത്തിന്റെ ഭാരം നന്നേ കുറഞ്ഞിട്ടുണ്ട്, മനസ്സിന്റേയും. പെട്ടികൾ ഭാരം താങ്ങാനാവാതെ ശ്വാസം മുട്ടുന്നുണ്ടായിരുന്നുവോ?

ജിദ്ദയിൽനിന്ന് കരിപ്പൂരിലേക്ക്. എൻക്വയറി കൗണ്ടറിനരികിൽ ഡോക്ടർ സഫ്വാൻ നിറചിരിയുമായി നില്ക്കുന്നു.

"നിങ്ങളിന്ന് മടങ്ങുമെന്നറിയാമായിരുന്നു. ഇനിയും വരിക. കിട്ടിയ ചൈതന്യം കാത്തുസൂക്ഷിക്കുക. മനുഷ്യരെല്ലാം ഒരേ മാതാപിതാക്കളുടെ മക്കളെന്നത് മറന്നുപോകരുത്. ഒരു ദൈവത്തിന്റെ സൃഷ്ടികൾ. ഞാൻ താജ്മഹലിലും വിവേകാനന്ദപ്പാറയിലും പുണ്യ സബർമതിയിലും വന്നിട്ടുണ്ട്." പ്രകാശം പരക്കുന്നതായി തോന്നി. ആലിംഗനം ചെയ്തു. എന്തൊരു കുളിർമ്മ!. ബീഗം മുന്നോട്ടുനടന്നിരിക്കുന്നു.

"ബീഗം നില്ക്കൂ, നീയെന്താ ഡോക്ടറോട് ഒന്നും പറയാതെ നടന്നത്, അത് ശരിയായില്ല."

"ഡോക്ടറോ, ഞാൻ കണ്ടില്ലല്ലോ, നിങ്ങൾക്ക് തോന്നിയതാകും."

അക്ബർ തിരിഞ്ഞുനോക്കി. രണ്ട് വെള്ളക്കാർ എൻക്വയറി കൗണ്ടറിനടുത്തുനിന്ന് പെപ്സി കുടിക്കുന്നു. കറുത്തഡോക്ടർ സഫ്വാനെ കാണാനില്ല.!

"അറ്റൻഷൻ പ്ലീസ്..."

കരിപ്പൂരിലേക്കുള്ള യാത്രക്കാർക്കായുള്ള നിർദ്ദേശങ്ങൾ ആവർത്തിച്ചുകൊണ്ടിരുന്നു.

എയർ ഇന്ത്യ ചിറകുവിരിച്ചു പറക്കുന്നു. മുൻപേ ദിശകാട്ടി ഒരു കിളി സമാന്തരമായി പായുന്നതുപോലെ അക്ബറിനു തോന്നി.

'പാറും കിളിയെ നീ
കഅ്ബ കണ്ടോ
മിനായിൽ നീ പറന്നുകണ്ടോ...'

അക്ബറിന്റെ തോളിലേക്ക് ചാരി ബീഗം മയക്കത്തിലായി. ഇപ്പൊൾ വിമാനം നിയന്ത്രിക്കുന്നത് ഡോ.സഫ്വാനാണെന്ന ഉറച്ച വിശ്വാസത്തോടെ പുറകിലോട്ടു പായുന്ന മേഘങ്ങളെ നോക്കി അക്ബർ മിഴി നനച്ചു!!

---

1. ദൈവനാമം
2. ശുശ്രൂഷ
3. കാരുണ്യത്തിന്റെ മല
4. അറഫയിലെ പള്ളി
5. ദൈവത്തിന്റെ സ്നേഹിതൻ
6. വിശ്വാസം
7. സ്തൂപം
8. പ്രദക്ഷിണം
9. മലയാളികൾ കൂടുതലായി താമസിക്കുന്നിടം

പീടിക

ഡ്രൈവർ ദിവാകരൻ ജീപ്പ് ചവിട്ടി നിർത്തി. പ്ലെയിൻ ലാന്റ് ചെയ്യുമ്പോലെ. തീപറക്കും. സെയിൽസ്ടാക്സ് ഓഫീസർ ഗംഗാധരൻ ചാടിയിറങ്ങി. കളസം ഊർന്ന് പോകാതിരിക്കാൻ വലിച്ചുകയറ്റി. വയറ് വീർപ്പിച്ചുപിടിച്ചു. ഫയലുമായി ദിവാകരൻ പിന്നാലെ ഓടിയെത്തി.

നൂറ് ചക്കര, അൻപത് തേയില, അരക്കിലോ അരി, നൂറ് മുളക്, കാൽ ലിറ്റർ മണ്ണെണ്ണ, കാൽതുടം നല്ലെണ്ണ, അൻപത് വെളിച്ചെണ്ണ, വാട്ട്കപ്പ കാല്, കാപ്പിപ്പൊടി രണ്ടണയ്ക്ക്... നാട്ടിലെ പാവങ്ങൾ വാതിലടഞ്ഞു നില്ക്കയാണ്. അഹമ്മദ് മുതലാളി ഒരു സർക്കസുകാരനെപ്പോലെ സാധനം കൊടുക്കുകയും കണക്ക് കൂട്ടുകയും കാശ് വാങ്ങുകയും ചെയ്യുകയാണ്. സഹായത്തിന് ആരുമില്ല. അതിനുള്ള ആദായവുമില്ല.

മുതലാളിയെന്ന് തലമുറകളായി വിളിച്ചുവരുന്നതാണ്. അമ്മദ് മൊലാളി എന്ന് ചിലരൊക്കെ വിളിക്കാറുണ്ട്.

"മാറ്, മാറ്" ആപ്പീസറ് ആളുകളെ വകഞ്ഞുമാറ്റി അകത്തുകയറി. മേശവലിച്ചു തുറന്നു. മുതലാളി ആകെ പരിഭ്രമിച്ചു. സ്റ്റൂൾ വലിച്ചിട്ടുകൊടുത്തു.

"യേമാനിരിക്ക്"

യേമാൻ കണ്ണുരുട്ടി. തോളിലിട്ടിരുന്ന തോർത്തെടുത്ത് അഹമ്മദ് അരയിൽചുറ്റി. ശോഷിച്ച കൈ കീഴ്ത്താടിയിലമർത്തി. കുഴിയിൽനിന്ന് കണ്ണുകൾ പുറത്തേക്ക് തള്ളിവന്നു.

മേശയിലുണ്ടായിരുന്ന പണം ആഫീസർ തന്നെ എണ്ണി തിട്ടപ്പെടുത്തി, ഡ്രൈവറെ ഏല്പിച്ചു.

“എണ്ണി നോക്ക്.” ഒന്നിന്റേയും അഞ്ചിന്റേയും നാണയങ്ങളിൽ ചിലത് ഡ്രൈവർ കാക്കി പാന്റിന്റെ കീശയിലിട്ടു. രണ്ടാളും കൂടി ചാക്കിന്റെ തെറുപ്പുകൾ പരിശോധിച്ചു. പഞ്ചസാരച്ചാക്കിലും അരിച്ചാക്കിലും രണ്ടു പണപ്പൊതികൾ. അഞ്ഞൂറ് രൂപയുണ്ട്.

കള്ളനെ കൈയോടെ പിടിച്ച ഗർവ്വിൽ ഏമാൻ മുതലാളിയെ നോക്കി.

‘‘അത് പിള്ളേച്ചന് നല്കാനാ. അങ്ങേരുടെ കടേന്നാ ചരക്കെടുക്കുന്നെ. വൈകുന്നേരം ആളുവരും. ഇതു കൊടുത്താലേ അടുത്ത ദിവസത്തേക്ക് ചരക്ക്കിട്ടു.”

“അത് ശരി, അല്ലാതെ സെയിൽസ് ടാക്സ്കാരെ പറ്റിക്കാനല്ല അല്ലേ?. എടോ തന്നോട് ആരുവന്നു പറേണം ബോർഡ് പ്രദർശിപ്പിക്കണമെന്ന്. സ്റ്റോക്കെഴുതണമെന്ന്. വിലവിവര പട്ടിക വേണമെടോ.”

തൂമ്പാക്കാരൻ കേശവന്റെ കൈയിലിരുന്ന വാട്ട്കപ്പ ഏമാൻ പിടിച്ചുവാങ്ങി.

“യെത്ര കിന്റലാ ഇത്?”

“സാറെ, കാക്കിലോയേ ഉള്ള്, കിന്റല് കണക്കിന് വാങ്ങുന്നത് നിങ്ങളെപ്പോലുള്ള യേമാന്മാരല്ലേ?”

കേശവൻ ഈയടുത്താണ് യൂണിയനിൽ ചേർന്നത്.

യേമാനൊന്ന് ചൂളി.

“ഉം, തൂക്കി നോക്ക്” ദിവാകരനത് അനുസരിച്ചു.

“സാറേ ഇരുന്നൂറ്റി എഴുപത്തിയഞ്ച് ഗ്രാമുണ്ട്.”

“അപ്പോൾ കൃത്യമല്ലാ, എങ്കി ത്രാസിനും കട്ടിക്കും കുഴപ്പം കാണും. ത്രാസും കട്ടിയും പതിപ്പിച്ചതാണോ?”

“രണ്ടു നാളായി ഏമാനേ”

“താൻ കഴിഞ്ഞ മാസത്തെ കണക്ക് എന്റെ ആപ്പീസിൽ ഹാജരാക്കിയോ.”

‘‘കണക്കപ്പിള്ളയെ ഏല്പിച്ചിട്ടുണ്ടേ, വേണു സാമിയെ, സാമി അതെത്തിച്ചു കാണും.”

“താൻ ഊഹിച്ചു പറയുകയാണോ. തന്നെപ്പോലുള്ളവരാ ടാക്സ് വെട്ടിപ്പു നടത്തി ഖജനാവിനെ കാർന്നു തിന്നുന്നത്. രാജ്യദ്രോഹമാവകുപ്പ്. ഇരപ്പാളികൾ.”

മുതലാളി ചെവി പൊത്തി.

“വൻകിടക്കാരൊക്കെ എത്ര മര്യാദക്കാരാ” കേശവൻ പരിഹസിച്ചു.

“ഒരുദിവസം നൂറുരൂപയ്ക്ക് താഴെ സാധനം വിറ്റ് അതീന്ന് കിട്ടുന്ന വരുമാനംകൊണ്ട് കഞ്ഞിവെച്ചുകുടിക്കുന്ന ഞാനാണോ രാജ്യ ദ്രോഹി.?”

“പാർട്ടിക്കാരെ കണ്ടുകൊണ്ട് ഞെളിയരുത്” യേമാനിരുത്തി മൂളി.

“കുഞ്ഞുങ്ങളെ പോറ്റാനാ യേമാനേ രാവിലെ ഏഴുമണിമുതൽ പാതിരാത്രിവരെ ഈ കടേല് നടന്നും നിന്നും വയറ് കാഞ്ഞ് നടക്കുന്നേ.” അയാളുടെ കണ്ണുകൾ നിറഞ്ഞുതുളുമ്പി.

"ഉം, രണ്ടു ദിവസത്തിനകം ബില്ലുകളും സ്റ്റോക്ക് രജിസ്റ്ററും സെയിൽസ് ടാക്സിന്റെ ബുക്കുമായി എന്റെ ആഫീസിലെത്തണം."

"യേമാനേ, അഞ്ചാറ് പിള്ളേരുണ്ട്, അവര് പഠിക്കയാ, വെഷമിപ്പിക്കരുത്."

"എത്രയുണ്ടെന്ന് തനിക്ക് തന്നെ നിശ്ചയമില്ല. താൻ ആണ്ടോടാണ്ട് പിള്ളേരെ ഉണ്ടാക്കുന്നതിന് ഞാനാണോ ഉത്തരവാദി, എടോ അടങ്ങിക്കിടക്കണം."

"എനിക്കൊന്നേയുള്ളു. കുടുംബാസൂത്രണമെന്ന് കേട്ടിട്ടുണ്ടോ., അതെങ്ങനെയാ, എഴുത്തും വായനയും അറിയില്ലല്ലോ."

ഭൂമി പിളർന്ന് താഴോട്ട് പോകുന്നതുപോലെ മുതലാളിക്ക് തോന്നി.

യേമാൻ ഒരു നോട്ടീസ് മുതലാളിക്ക് ഒപ്പിട്ടു നല്കി. കൈപ്പറ്റ് രസീത് വാങ്ങി ഉദ്യോഗസ്ഥർ ഇറങ്ങിപ്പോയി. പലചരക്കുകട യുദ്ധഭൂമിപോലെ ചിതറിക്കിടന്നു.

സാധനങ്ങൾ വാങ്ങാനായി വന്നവരിൽ ചിലർ മറ്റുകടകൾ തേടിപ്പോയിരുന്നു. കടം വാങ്ങാനായി വന്ന പറ്റുകാർ മാത്രം ആകാശത്തേക്ക് കണ്ണുംനട്ടു നിന്നു.

ദിവാകരൻ ഡ്രൈവറ് മുതലാളിയെ അന്വേഷിച്ചുവെന്ന് കൊപ്രാപ്പുരയിലെ വിശ്വപ്പൻ വന്ന് പറഞ്ഞിരുന്നതാ. മൂളിക്കേട്ടതല്ലാതെ മുതലാളി ഗുണവും ദോഷവും പറഞ്ഞില്ല.

ഓരോ അന്വേഷണവും കഴിയുമ്പോഴും പിറ്റേന്ന് ദിവാകരന്റെ വീട്ടിലെത്തി അയാൾക്ക് പത്തുരൂപയും ആഫീസർക്ക് അൻപത് രൂപയും കൊടുക്കണെമെന്നാ ചട്ടം. കഴിഞ്ഞില്ല. മനഃപൂർവ്വമല്ല, കാശ് പാത്രത്തിലില്ലായിരുന്നു.

ആഫീസറുടെ പിതാവ് പണ്ട് മുതലാളിയുടെ അട്ടിയില് പണിക്കാരനായിരുന്നു. കുട്ടിക്കാലത്ത് ഗംഗാധരൻ കുടിച്ച തേങ്ങാ വെള്ളത്തിന് അളവില്ല. കട്ടുതിന്ന കൊപ്രാപ്പൂളിനും കണക്കില്ല. പക്ഷേ, ആ കഷ്ടപ്പാടിലും നന്നേ പഠിച്ചിരുന്നു, മിടുക്കനായി. സർക്കാരിൽ ജോലികിട്ടി, സെയിൽസ് ടാക്സിൽ. അതോടെ അച്ഛൻ കുമാരൻ അട്ടിയിലേക്ക് വരാതായി, മകൻ വിട്ടില്ല. സർക്കാര് സിലോണീന്ന് വെളിച്ചെണ്ണ ഇറക്കുമതി ചെയ്തു. തെങ്ങിനാകെ മണ്ഡരി ബാധിക്കുകയും ചെയ്തതോടെ മുതലാളി പൊട്ടിപാളീസായി.

അങ്ങനെയാണ് ചന്തയിലൊരു പലചരക്കുകട തുടങ്ങാമെന്ന് കരുതിയത്. പണിയെടുത്ത് ജീവിക്കുകയെന്നത് മുതലാളിക്ക് വിശ്വാസത്തിന്റെ ഭാഗമായിരുന്നു. കട തുടങ്ങണമെങ്കിൽ നാലായിരം രൂപയെങ്കിലും വേണം.

അവശേഷിച്ച പൊട്ടുകമ്മലും വിറ്റു. പള്ളിക്കൂടം ശിപായി പൈലിയുടെ കൈയിൽനിന്ന് അഞ്ഞൂറ് രൂപ പലിശയ്ക്ക് വാങ്ങി. ആഴ്ചയിൽ പത്തുരൂപ പലിശ, മുടക്കംകൂടാതെ നല്കണം.

പലിശക്കാശിനേ പൈലി കള്ള് കുടിക്കയുള്ളു.

നേരം നന്നേവെളുക്കുന്നതിനു മുൻപ് മഹാദേവ ക്ഷേത്രത്തിനു സമീപം താമസിക്കുന്ന ഭാസ്കരപിള്ളയുടെ വീട്ടുവാതില്ക്കലെത്തി. പിള്ളേച്ചൻ പറമ്പുനീളെ നടന്ന് ദന്തശുദ്ധി വരുത്തുകയാണ്. ഇടയ്ക്കിടയ്ക്ക് നീട്ടിത്തുപ്പുന്നുണ്ട്.

“ഇരിക്ക്” പിള്ളേച്ചൻ ആതിഥേയമര്യാദ പാലിച്ചു. കഴുത്തിൽ സ്വർണ്ണ മാല. സ്വർണ്ണ ഫ്രെയിമുള്ള കണ്ണട. നന്നേവെളുത്ത ശരീരം. കാഴ്ചയ്ക്ക് അഴകും കുലീനതയുമുണ്ട്.

അയാൾ വരാന്തയിലിരുന്നു. ഒഴിഞ്ഞ കസേരകളിലേക്ക് വെറുതെ നോക്കി.

“പിള്ളേച്ചൻ എതിരുപറയരുത്. ന്റെ കൈയില് ആയിരം രൂപയുണ്ട്. അത് ഉള്ള പൊന്നുവിറ്റും വട്ടിപ്പലിശയ്ക്ക് വാങ്ങിയതുമാ. എനിക്ക് ഒരു മൂവായിരം രൂപയുടെ ചരക്ക് പിള്ളേച്ചൻ തരണം. വില്ക്കുന്ന മുറയ്ക്ക് പണം എത്തിച്ചുതരാം. കൊപ്രാ കച്ചവടം പാളിപ്പോയി. പിള്ളേരെ വളർത്തണ്ടേ, കൈനീട്ടാൻ പറ്റുമോ.”

ഭാസ്കരൻപിള്ള മൗനത്തിലായി. സാവിത്രിയമ്മ ചൂടുചായ കൊണ്ടു വന്നു നല്കി.

“ഞാനും വലിയ കടത്തിലാ. കോഴിക്കോട്ടുനിന്നും കോയമ്പത്തൂരുനിന്നും ലോറിവരുമ്പോ പണം കൊടുക്കണ്ടേ. കടം കൊടുത്ത വകയിൽ ഒത്തിരി പണം പിരിഞ്ഞുകിട്ടാനുണ്ട്. മനുഷ്യരുവന്ന് ഇതുപോലെ സങ്കടം പറയുമ്പോ കൊടുത്തുപോകും. നേരും നെറിയുമില്ലാത്തവർ പിന്നെ ഈ വഴിവരില്ല. നമുക്ക് ചരക്ക് തരുന്നവരോട് അത്തരം നെറികേട് കാട്ടാനാകുമോ? കാർന്നോന്മാരുടെ കാലംതൊട്ട് ചെയ്യുന്ന കച്ചവടമാ. ആ നല്ലപേരിന്റെ പേരിലാ ലക്ഷക്കണക്കിന് രൂപയുടെ ചരക്ക് ഇറക്കീട്ട് കമാന്ന് ഉരിയാടാതെ കോഴിക്കോട്ടെ ഹാജിയാക്കന്മാരും തമിഴന്മാരും പോകുന്നത്.” പിള്ളേച്ചൻ നിസ്സഹായതയുടെ കെട്ടഴിച്ചുനിരത്തി.

മുതലാളി തലകുമ്പിട്ടിരുന്നു. മൗനം ഇരുട്ടുപരത്തി. അയാൾ സാവകാശം എഴുന്നേറ്റു. മുഖത്തൊരു ചിരിവരുത്തി.

“എന്നാൽ പിന്നെ”

മുറ്റത്തെ തുളസിത്തറയും കഴിഞ്ഞ് അയാൾ നടന്നു.

“നില്ക്ക് മുതലാളി”സാവിത്രിയമ്മയാണ് വിളിച്ചത്. “മുതലാളി, എന്തായാലും കടയിലേക്ക് ചെല്ല്.”

പിള്ളേച്ചൻ സാവിത്രിയെ നോക്കി, സാവിത്രിയും.

“മുതലാളിയുടെ ഭാര്യ ഫാത്തിമയുടെ വീട്ടിലെ അരിപ്പത്തിരി ഞാൻ കുറെ കഴിച്ചതാണ്.”

“വളരെ ഉപകാരം.” മുതലാളിയുടെ മുഖത്തെ ചിരി വികസിച്ചിരുന്നു. അഞ്ചാറ് കുഞ്ഞുമുഖങ്ങൾ അയാളുടെ മനസ്സിലേക്ക് ഓടിക്കയറി. തന്നെക്കൊണ്ട് ആകുംവിധം പഠിപ്പിക്കണം.

അവരുടെ വയറുകൾ കായരുത്. വസ്ത്രം, പഠനോപകരണങ്ങൾ ഒക്കെ വാങ്ങണം. അക്ഷരമാണ് സമ്പത്തെന്ന് അയാൾക്കു തിരിഞ്ഞി

രുന്നു. പഴയ പുസ്തകങ്ങൾ പാതി വിലയ്ക്ക് വാങ്ങി. ബയന്റ് ചെയ്ത് പുത്തനാക്കി കൊണ്ടുനടക്കുകയാണവർ. പഴയ കുപ്പായങ്ങളിലെ കീറലുകൾ തുന്നുകയാണ് ഫാത്തിമ.

വെയിലുതാറിയ നേരത്ത് അയാൾ ഭാസ്കരപിള്ളയുടെ 'ദേവീ കൃപ' മൊത്ത വ്യാപാരക്കടയിലെത്തി. ആറേഴു ജോലിക്കാർ, ഓടിനടന്നു പണിചെയ്യുകയാണ്.

"മുതലാളി ഇരിക്ക്" പിള്ളേച്ചൻ സ്റ്റൂൾ നീക്കിയിട്ടുകൊടുത്തു.

"ഞാനിവിടെ നിന്നോളാം."

"വേണ്ട, ആന മെലിഞ്ഞാ തൊഴുത്തിൽ കെട്ടില്ല. നിങ്ങടെ പ്രതാപമൊക്കെ എന്റെ അച്ഛൻ പറഞ്ഞു ഞാൻ കേട്ടിട്ടുണ്ട്."

"പടശ്ശോന്റെ കല്പനയാ. ചിട്ടിക്കടത്തിലാ ഭൂമിപോയത്. തുടർച്ചയായി മടവീണ് കൃഷി നഷ്ടത്തിലായി. മൂത്ത കാർന്നോർക്ക് പിരാന്ത് വന്നു. കഷ്ടകാലം വരുമ്പോ നാലുവഴിക്കും പാട്ടയും കൊട്ടിവരും." അയാൾ നിശ്വസിച്ചു.

"ചീട്ടുണ്ടോ?"

മുതലാളി ചീട്ട് കൈമാറി. പിള്ളേച്ചൻ ഓടിച്ചു വായിച്ചു.

"കടുകും ഏലയ്ക്കായും കുറച്ചുമതി." ചുവന്ന മഷിക്ക് അവയൊക്കെ തിരുത്തി.

"മമ്മതേ" പിള്ളേച്ചൻ ജോലിക്കാരനെ വിളിച്ചു.

"ഈ ചീട്ടുംപടിയുള്ള സാധങ്ങളെടുക്ക്. ഇന്നലത്തെ ലോഡിൽ നിന്ന് കൊടുക്ക്. മുതലാളി പുതുതായി കച്ചവടം തുടങ്ങുകയാ. ഒന്നും മോശമാവേണ്ട."

മുതലാളി എഴുന്നേറ്റു. വഴിച്ചേരി മാർക്കറ്റിലൂടെ ചുമ്മാ നടന്നു. ഉത്സവത്തിന്റെ പ്രതീതിയാണ്.

ഉള്ളിയും സവാളയും വില്ക്കുന്ന കട, പപ്പടക്കട, കുലക്കടകൾ, അരിക്കടകൾ, തേയിലമൊത്തക്കച്ചവടക്കട, സുഗന്ധ ദ്രവ്യങ്ങൾ വില്ക്കുന്ന കട, മലഞ്ചരക്കുകൾ, കൊട്ട, വട്ടി, പാത്രങ്ങൾ.

കടകളുടെ ലോകം!.

ഉന്തുവണ്ടികൾ, കാളവണ്ടികൾ, കുതിരവണ്ടികൾ ചരക്കു കാത്തു കിടക്കുന്നു. പാണ്ടിലോറികളിൽനിന്ന് തൊഴിലാളികൾ ഉത്സാഹത്തോടെ ചരക്കിറക്കുന്നു.

ചുക്കുകാപ്പിയും ഗോതമ്പുണ്ടയും വില്ക്കുന്ന കടയ്ക്ക് ചുറ്റും കയർഫാക്ടറി തൊഴിലാളികൾ. മുതലാളി ഒരു കാപ്പിക്ക് പറഞ്ഞു. പോക്കറ്റിൽ കരുതിയിരുന്ന തെറുപ്പുബീഡി കത്തിച്ചു. വല്ലാതെ ചുമച്ചു. തൊഴിലാളികൾ അയാളെ ശ്രദ്ധിച്ചു. അവരിൽ ചിലരും ചുമയോടൊപ്പം ചേർന്നു.

"വയ്യെങ്കി പിന്നെന്തിനാ വലിക്കുന്നെ" ഒരു പരിചയക്കാരൻ ഗുണദോഷിച്ചു.

ചുങ്കത്ത് കൊപ്രായുമായി അത്തറിന്റെ കാളവണ്ടി വന്നിട്ടുണ്ട്.

കനാലിന്റെ കരയിലൂടെ കിഴക്കോട്ടുനടന്നു. പുതിയ പീടികകൾ, തുണിക്കടകൾ. കനാൽ നിറയെ ചരക്കുവള്ളങ്ങൾ. കൊച്ചു കൊതുമ്പുവള്ളങ്ങളിൽ ചിലർ തുഴഞ്ഞുപോകുന്നുണ്ട്. എന്താ സ്പീഡ്.

"അത്തറ് കാക്കാ, വാ." അത്തറ് കൈയുള്ള ബനിയൻ ചുരുട്ടി രസിക്കയായിരുന്നു.

"വഴിച്ചേരീന്ന് കുറച്ചു സാധനങ്ങൾ എടുക്കാനുണ്ട്. ചന്തേല് ഒരു പീടിക തുടങ്ങുന്നു."

അത്തറ് കാളയെ നയിച്ചു. വണ്ടിയുടെ പുറകിൽ കാഴ്ച കണ്ട് കുലുങ്ങിക്കുലുങ്ങി മുതലാളിയും. അത്തറ് ഏതോ ഒരു പഴയപാട്ട് മൂളുന്നുണ്ടായിരുന്നു.

മമ്മതും അത്തറും മുതലാളിയും കൂടി കാളവണ്ടിയിലേക്ക് സാധനങ്ങൾ എടുത്തുവെച്ചു. വിലയിട്ട് ചീട്ട് നല്കി. മൂവായിരത്തി നാന്നൂറ്റി അൻപത് ഉറുപ്പിക. വരവ് ക. ആയിരം, ബാക്കി ക. രണ്ടായിരത്തി നാന്നൂറ്റിയൻപത്.

പിള്ളേച്ചൻ തന്റെ രജിസ്റ്ററിൽ പ്രത്യേകം പേജ് പിടിച്ച് തുക രേഖപ്പെടുത്തി.

നന്ദി പറഞ്ഞ് മുതലാളി ഇറങ്ങി.

നേരം ഇരുട്ടിയിരിക്കുന്നു. ബോട്ടുജെട്ടിയിലേക്ക് നടന്നു. ബസ് ചാർജായി രണ്ടണ നല്കി നാട്ടിലെത്തി. കാളവണ്ടിയെത്തിയിട്ടില്ല.

അങ്ങ് ദൂരെ മണികിലുക്കം കേട്ടത് മണിക്കൂറുകൾ കഴിഞ്ഞാണ്. അത്തറ് ചരക്കുമായി എത്തിയിരിക്കുന്നു.

രാത്രിയിൽതന്നെ സാധനങ്ങൾ കടയിൽ നിരത്തി. അത്തറും സഹായിച്ചു.

സുബഹി നിസ്കാരം കഴിഞ്ഞ് സൈനുദ്ദീൻ മുസലിയാരെത്തി. 'യാസീൻ' ഓതി ദുആ ചെയ്തു.

കട തുടങ്ങീട്ട് മാസം മൂന്ന് കഴിഞ്ഞിരിക്കുന്നു. അരിക്കുള്ള കാശ് കഷ്ടിച്ചുകിട്ടും. അത്രതന്നെ.

പിള്ളേച്ചനോടുള്ള വാക്ക് പൂർണ്ണമായി പാലിക്കാനാകുന്നില്ല. ഒന്നുരണ്ടു തവണ സാധനങ്ങൾ നല്കാതെ അത്തറിനെ മടക്കി അയച്ചു.

പലിശക്കാരൻ പൈലി ഷാപ്പുകാരൻ ഭാസ്കരന്റെ സൈക്കിളിന്റെ പിറകിലിരുന്ന് അതിരാവിലെ വീട്ടുവാതില്ക്കലെത്തുക പതിവായി.

ഷാപ്പിലെ പറ്റ്കാശ് വാങ്ങേണ്ടത് ഭാസ്കരന്റെ ആവശ്യമായിപ്പോയല്ലോ. മദ്യമില്ലാതെ പൈലിക്ക് ജീവിക്കാനാവാതെയായി. കാലിലാണെങ്കിൽ നിറയെ ആണിയും. രാവിലെ വെറും വയറ്റിൽ രണ്ട് കവിൾ മോന്തുന്നതുവരെ പൈലി വിറച്ചുകൊണ്ടിരിക്കും.

ചില ദിവസങ്ങളിൽ പൈലി വരും മുൻപ് മുതലാളി പാടം ലക്ഷ്യമാക്കി നടക്കും.

'പൊന്നാകരി' സുന്ദരിയാണ്. കൃഷി തുടങ്ങിയിട്ടില്ല. വെള്ളം കയറ്റിയിട്ടിരിക്കുകയാണ്. കുറെ നേരം ആറ്റിറമ്പിലേക്ക് കണ്ണുകൾ പായിച്ചു.

മാസമൊന്ന് വീണ്ടും ഇരുട്ടിവെളുത്തു. താക്കോൽക്കൂട്ടവുമായി മുതലാളി കടവാതില്ക്കലെത്തി. പൈലിയും പിള്ളേച്ചന്റെ കണക്കപ്പിള്ള മുഹമ്മദാലിയും കടയുടെ പുറത്തെ തട്ടിലിരിപ്പുണ്ട്. വയറ്റിലൊരാന്തൽ.

"കുറച്ചു ദിവസായി കച്ചവടം തീരെ ഇല്ല. സാധനങ്ങളില്ലാത്തതിനാൽ പതിവുകാരിൽ ചിലരൊക്കെ വേറെ കട നോക്കിപ്പോയി. ന്റെ ഒരു ബന്ധു ഹസ്സൻ ഒത്തിരിപ്പണം മുടക്കി അപ്പുറത്ത് വലിയകട തുടങ്ങിയിട്ടുണ്ട്. വിലയിലും ചെറിയ മാറ്റമുണ്ട്. തുടക്കമല്ലേ. എന്താ ചെയ്ക?"

"വിറ്റകാശിന് വസ്തുവാങ്ങിയെന്നോ മോളെ കെട്ടിച്ചയച്ചെന്നോ കേട്ടു." മുഹമ്മദാലിയാണ് ആരോപണമുന്നയിച്ചത്.

മുതലാളി ഇടതുകൈ നെഞ്ചിലമർത്തി. നിർത്താതെയുള്ള ചുമ.

"അധിക്ഷേപിക്കരുത്, രണ്ടായിരത്തിലധികം ഉറുപ്പിക കടം കൊടുത്തത് കിട്ടാനുണ്ട്. പാവങ്ങള് കഞ്ഞി വെച്ചില്ലാന്ന് പറയുമ്പോ കൊടുത്തുപോകും. ഞാനും ഒരു മനുഷ്യനായിപ്പോയില്ലേ. ചിലര് നമ്മുടെ ഇടപാട് തീർക്കാതെ മറ്റുകടകളീന്ന് രൊക്കം കാശിന് സാധനോം വാങ്ങി തലകുനിച്ച് എന്റെ മുന്നിലൂടെ പോകാറുണ്ട്. ഞാനത് കാണാറുമുണ്ട്. അവരെ തടഞ്ഞുനിർത്തി കാശ് ചോദിക്കാൻ എന്നെക്കൊണ്ടാവില്ല."

മൂത്തമകൻ സെയ്ത് കടലാസ് കൂടുകളുമായി വന്നു. പല വലിപ്പമുള്ള കൂടുകൾ. നാട്ടിലാകെ നടന്ന് പഴയപത്രങ്ങൾ ശേഖരിച്ച് അളവൊപ്പിച്ച്കീറി, മൈദയിൽ ചൂട് വെള്ളമൊഴിച്ച് പശയുണ്ടാക്കി ഒട്ടിച്ച കൂടുകൾ. മുറ്റത്തു കുന്നുപോലെ കൂടുകൾ ഉണക്കാനിടും. അടുക്കി എണ്ണി തിട്ടപ്പെടുത്തി കൊണ്ടുവന്നിരിക്കയാണ്. പത്തിലാണയാൾ പഠിക്കുന്നത്.

"മോനിന്ന് സ്കൂളിൽ പോകേണ്ട. കടയിലിരിക്ക്. കുറശ്ശ് പണം കിട്ടുമോയെന്ന് ഞാനൊന്ന് നോക്കട്ടെ."

പിള്ളേച്ചനോട് പറയൂ, ഇൻഷാ അള്ളാ, നാളെ രാവിലെ പണവുമായി വീട്ടിലെത്തുമെന്ന്. നിങ്ങളിപ്പൊ പോ. പൈലിച്ചേട്ടനും പോ. നാളെയാകട്ടെ"

"തരണം" രണ്ടാളും രണ്ടുവഴിക്ക് പോയി.

അയാൾ പാതയോരം ചേർന്ന് കുറേനടന്നു. ക്ഷീണിച്ചപ്പോൾ അറബിമരച്ചുവട്ടിൽനിന്നു. നന്നേ വിയർത്തു. ബീഡി കത്തിച്ച് പുകയൂതി. നിർത്താതെയുള്ള ചുമ. പൊതുകിണറിൽനിന്ന് വെള്ളം കോരിക്കുടിച്ചു. മുഖംകഴുകി. പിന്നെ കുറേനേരം കിഴക്കോട്ടുനടന്നു. 'വെട്ടിക്കരി'യുടെ പുറവരമ്പിൽ തെക്ക് പടിഞ്ഞാറ് മൂലയ്ക്ക് താൻ നട്ടുനനച്ചുവളർത്തിയ ഗൗരിഗാത്ര തെങ്ങിൽ ചാരിനിന്നു. നിലംവിറ്റുപോയിരുന്നു. ഒരു ശൂന്യത വികസിച്ചുവരുന്നതായി തോന്നി. പുറവരമ്പിലൂടെ വടക്കോട്ടുനടന്നു. പൊന്നാകരിയുടെ ചിറയിലാണ് ശാമുവലിന്റെ വീട്. ത്രേസ്യ വിളിച്ചുചോദിച്ചു.

"എവിടെ പോകുന്നമ്പ്രാ. നിലംവിറ്റേപ്പിന്നെ ഇമ്പ്രായെ ഇതുവഴി കാണാറേയില്ല."

അയാൾ നിന്നു. ശാമുവൽ പുറത്തേക്കിറങ്ങിവന്നു.

“എന്താ തമ്പ്രാ?”

“എടാ നിന്റെ കൈയി പണമുണ്ടോ. ഒരായിരം രൂപാ വേണം. കടേലെ സാധനങ്ങൾതീർന്നു. പണംകിട്ടാനുണ്ട്. പെട്ടെന്ന് തിരിച്ചുതരാം.”

“തമ്പ്രാ, മോടെ കല്യാണത്തിനുള്ളതാ. ഏന് പൊന്നും തുണിയും വാങ്ങാനുള്ളതാ. രണ്ടാഴ്ച്ചയ്ക്കകം തരണം.”

“തരാമെടാ.”

ശാമുവൽ തമ്പ്രായെ സഹായിക്കാൻ കിട്ടിയ അവസരമെന്ന് കരുതി ദൈവത്തിന് സ്തുതി പറഞ്ഞ് പണം നല്കി.

പിറ്റേന്ന് രാവിലെ തന്നെ പിള്ളേച്ചന് തൊള്ളായിരം രൂപയും പൈലിക്ക് പലിശയിനത്തിൽ നൂറ് രൂപയും നല്കി.

സാധനങ്ങൾ ഉച്ചകഴിഞ്ഞ് കൊടുത്തു വിടാമെന്ന് പിള്ളേച്ചൻ വാക്കു പറഞ്ഞു. വാക്കുപാലിക്കുകയും ചെയ്തു. സ്റ്റോക്ക് നാളെ എഴുതാമെന്ന് കരുതി. നന്നേ ക്ഷീണിതനായി വീട്ടിൽവന്ന് കയറി.

ദിവാകരനും ഏമാനും കടയിൽ കടന്നാക്രമണം നടത്തിയപ്പോൾ സ്റ്റോക്കെഴുതിയില്ല എന്ന മഹാപരാധം ആരോപിക്കപ്പെട്ടു.

അടുത്തദിവസം ചീട്ടും സ്റ്റോക്ക് രജിസ്റ്ററും ബില്ലുകളുമായി സെയിൽസ് ടാക്സ് ഓഫീസിലെത്തി. വാതില്ക്കൽ ശിപായി നില്പുണ്ട്. ഏമാനെ തിരക്കി.

“അങ്ങോട്ട് മാറി നില്ക്ക്. സാറിപ്പോ വരും. വണ്ടി പോയിട്ടുണ്ട്. വാതില്ക്കൽ ആളുകള് കൂടിനിന്നാ സാറിന് ദേഷ്യംവരും. ഉം, മാറി നില്ക്ക്” ശിപായി ആജ്ഞാപിച്ചു.

ഇടയ്ക്കിടയ്ക്ക് നോക്കി. താനിവിടെ നില്പുണ്ടെന്ന് ഓർമ്മപ്പെടുത്തിക്കൊണ്ടേയിരുന്നു.

ഭിത്തിയും ചാരി വരാന്തയിൽ മുതലാളിനിന്നു. ചുമ കലശലായിട്ടുണ്ട്.

നീണ്ട കാത്തിരിപ്പിനുശേഷം യേമാനെത്തി. കളസം ഊർന്ന് പോകാതിരിക്കാൻ വാരിപ്പിടിച്ചിട്ടുണ്ട്. ഷേവ് ചെയ്തിട്ടില്ല.

മുതലാളി ശിപായിയെ ഇടയ്ക്കിടയ്ക്ക് നോക്കി. താനിവിടെ നില്പുണ്ടെന്ന് ഓർമ്മപ്പെടുത്തിക്കൊണ്ടേയിരുന്നു.

“നല്ല മൂഡിലല്ല സാർ, താൻ നില്ക്ക് വിളിക്കാം” ശിപായി ചെറുവിരൽ നിവർത്തിക്കാണിച്ചു.

മൂന്ന് മണിയായിക്കാണും. അകത്തേക്ക് വിളിച്ചു.

തോർത്ത് അരയിൽ ചുറ്റി ഭവ്യതയോടെ ഹാഫ് ഡോർ തുറന്ന് കയറി. തൊഴുതുവണങ്ങി. ബുക്കും മറ്റ് രേഖകളും മേശപ്പുറത്തു വെച്ചു.

യേമാൻ വേഗത്തിൽ രേഖകൾ മറിച്ചുനോക്കി. മുതലാളിയെ കുറ്റവാളിയെ എന്നപോലെ നോക്കി. പിന്നെ ഓരോ താളും സൂക്ഷ്മമായി പരിശോധിച്ചു. അയാൾ അലറി.

“സ്റ്റോക്കെഴുതാൻ ആരു പറഞ്ഞു. താനെന്താ കരുതിയെ. സർക്കാ

രിനെ പറ്റിക്കാമെന്നോ. സർക്കാർ ശമ്പളം തന്ന് എന്നെ ഇരുത്തിയിരിക്കുന്നത് തന്നെപ്പോലുള്ള കള്ളന്മാരെ പിടിക്കാനാ. തന്റെ കുടുംബം ഞാൻ കുളംതോണ്ടും." അയാൾ രജിസ്റ്ററെടുത്ത് എറിഞ്ഞു. കുത്തുവിട്ട് രജിസ്റ്ററിലെ പേപ്പറുകൾ അവിടമാകെ പറന്നു.

ഹൃദയം തകരുന്ന വേദനയോടെ മുതലാളി അതൊക്കെ പെറുക്കിയെടുത്തു.

"യേമാനേ ഞാനൊരു കുറ്റവും അറിഞ്ഞോണ്ട് ചെയ്തിട്ടില്ല. മക്കളെ പോറ്റാനുള്ള ഓട്ടത്തിലാ ഞാൻ. എന്നോട് കരുണ കാണിച്ചില്ലെങ്കിൽ" ബാക്കി പറയാനാകാതെ അയാൾ നിന്ന് കിതച്ചു.

"താനെന്തുചെയ്യും എന്നെ ഒലത്തുമോ?" യേമാൻ മുഷ്ടിചുരുട്ടി മേശപ്പുറത്ത് ഇടിച്ചു.

"യേമാനേ, ഞാനങ്ങ് ഇല്ലാതാകും, അത്രതന്നെ."

"അത് തന്റെ തലേവര" യേമാൻ അട്ടഹസിച്ചു. ഗുമസ്തൻ ഓടി വന്നു. "ഇയാടെ രജിസ്റ്ററുകളും ബില്ലും നന്നായി പരിശോധിക്ക്. എന്റെ റിപ്പോർട്ടും നോക്കണം. ഫയലിൽ വിശദമായി നോട്ടെഴുതിക്കൊണ്ടു വരണം. സബ്മിറ്റ് റ്റുഡെ. എത്ര രാത്രിയായാലും ഫയൽ എനിക്കിന്ന് കിട്ടണം. താനിപ്പപ്പോ അറിയിക്കാം."

ഭൂമി കീഴ്മേൽ കറങ്ങുന്നതുപോലെ തോന്നി.

"പടച്ചവനേ, എന്ത് പരീക്ഷണമാ" പട്ടണത്തിൽനിന്ന് ഒൻപത് കിലോമീറ്റർ ദൂരം ഒരു കടലുംപേറി കടപ്പുറംവഴി അയാൾനടന്നു.

വീട്ടിലെത്തിയ ഉടനെ വലിയ തോർത്തുടുത്ത് തെങ്ങിൻ ചുവട്ടിൽ നിന്നു.

"മോനേ..." മൂന്നാമൻ കുടവുമായെത്തി. കുടിക്കുളത്തിൽനിന്ന് വെള്ളം കോരിക്കൊടുത്തുകൊണ്ടേയിരുന്നു. തെങ്ങിൻ തടം നിറഞ്ഞു കവിഞ്ഞു. ശരീരം തണുത്തു. മനസ്സ് ചുട്ടുപൊള്ളുകയാണ്.

അടുക്കളയിലെത്തി ചൂട് കഞ്ഞി കുടിച്ചു. ബീഡി കത്തിച്ചു. ചുമ അസഹ്യമായി. തുപ്പി, ചുമപ്പ് പടർന്നിരിക്കുന്നു.

ഫാത്തിമ ഇരുകൈകളും വാനിലേക്കുയർത്തി.

"എന്റെ റബ്ബേ, എനിക്കും എന്റെ കുഞ്ഞുങ്ങൾക്കും മറ്റാരുമില്ല."

അയാൾ ചുരുണ്ടുകൂടി. ഫാത്തിമ നെഞ്ച് തടവി. ഒരു പോളക്കണ്ണ് ഉറങ്ങാതെ അവർ കൂട്ടിരുന്നു. നിശ്ശബ്ദമായി തേങ്ങി.

നാലായിരം രൂപ പിഴ ഒരാഴ്ചയ്ക്കകം അടച്ചില്ലെങ്കിൽ കടുത്ത നടപടികളുണ്ടാകുമെന്ന് നോട്ടീസ് കിട്ടി. നാലുരൂപാ എടുക്കാനില്ല. കടപൂട്ടി. മിച്ചംവന്ന സാധനങ്ങൾ ഉന്തുവണ്ടിയിൽ എടുത്തുവച്ചു. രണ്ടുമൂന്നുനാൾ ഗ്രാമവഴികളിലൂടെ വലിച്ചു. കൂകി വിളിച്ചു. "സാധനങ്ങള്, പലചരക്ക് സാധനങ്ങളേ..."

നാലാംനാൾ ഒഴിഞ്ഞ ഉന്തുവണ്ടി തിരികെ ഏല്പിച്ച് ശാമുവലിന്റെ വീടു ലക്ഷ്യംവച്ചുനടന്നു. കടം വാങ്ങിയ പണം തിരികെ നല്കി.

പൊന്നാകരി വറ്റിയിരിക്കുന്നു. വിത്ത് വിതച്ചിരിക്കുന്നു. ഒരു പച്ചപ്പ്

അവിടമാകെ വികസിച്ചിരിക്കുന്നു. മനസ്സിലേക്ക് ആ പച്ചപ്പ് പതിയെ പടർന്നു കയറുന്നതുപോലെ.

നെടുമുടി വഴി ചങ്ങനാശ്ശേരിയിലേക്ക് നടന്നു. കടത്തു വള്ളങ്ങളിൽ നിറയെ മനുഷ്യരാണ്.

ചങ്ങനാശ്ശേരി ചന്തയിൽ ഉണക്കമീൻ കച്ചവടം ചെയ്യുന്ന തെങ്ങണക്കാരൻ മീരാൻ റാവുത്തറെ കണ്ടു. നെറ്റിനിറയെ നിസ്കാരത്തഴമ്പുള്ള ഒരു സാധു.

നാലുകൊട്ട ഉണക്കമീൻ വില പറഞ്ഞെടുത്തു. തമിഴ്നാട്ടിൽ നിന്നാണ്. ഉപ്പിട്ടുണക്കിയെടുത്തതാണ്. ആലപ്പുഴയ്ക്കുള്ള വലിയ വള്ളത്തിലേക്ക് ചുമന്നുകയറ്റി.

രണ്ടാംനാൾ ചന്തയിൽ ഒരുപുതിയ തട്ടിൽ മീൻ നിരത്തി.

“മീനേ, നല്ല ഉണക്കമീനേ”

കച്ചവടം തരക്കേടില്ല. മക്കൾ നന്നായി പഠിക്കുന്നു. ചങ്ങനാശ്ശേരിയിൽ പോയും വന്നുമിരുന്നു.

പൂക്കടയിൽ ഡ്രൈവർ ദിവാകരനെ കണ്ടാണ് മുതലാളി എഴുന്നേറ്റത്. കൈയിൽ ഒരു റീത്ത് കരുതിയിരിക്കുന്നു.

“ഡ്രൈവറേ, ആരാ മരിച്ചത്.” മുതലാളി തിരക്കി.

“നമ്മുടെ ഗംഗാധരൻ സാർ. ആഫീസിൽ വച്ച് ഒരു നെഞ്ചുവേദന. ആശുപത്രിയിലെത്തും മുൻപ്... നല്ല മനുഷ്യനായിരുന്നു. പക്ഷേ, മക്കള് ചീത്തയായാൽ എന്തുചെയ്യും. ഗുണികൾ ഭൂമിയിൽ നീണ്ടു വാഴ്ക.” ഡ്രൈവർ പിറുപിറുത്തു.

“അതെ, മയ്യത്താകുന്നവരൊക്കെ നല്ലവരാ, റീത്ത് ഒരെണ്ണം എനിക്കും വേണം.”

പൂക്കടക്കാരനോട് മുതലാളി പറഞ്ഞു

“വല്ലതും എഴുതണോ?” പൂക്കടക്കാരന്റെ സംശയം.

“എഴുത്, ന്നേ ജീവിക്കാൻ പഠിപ്പിച്ച യേമാന് –മീൻ കച്ചവടക്കാരൻ അഹമ്മദ്.”

യേമാൻ പുതച്ചുമൂടി ഉറങ്ങുകയാണ്. പഴയ ഗൗരവമില്ല.

പറമ്പിൽ അവിടവിടെ ചിലർ കൂടിനിന്ന് വെടിപറഞ്ഞു രസിക്കുന്നു. മരണമൊഴിച്ചുള്ള എല്ലാക്കാര്യവും യഥേഷ്ടം വിളമ്പുകയാണ്.

അയാൾ യേമാന്റെ പാദങ്ങളിൽ റീത്ത് സമർപ്പിച്ചു.

ദൂരെ മാഞ്ചുവട്ടിൽ നിന്ന ഗുമസ്തൻ മുതലാളിയെ കൈകാട്ടി വിളിച്ചു.

“അഹമ്മദ് മുതലാളിയല്ലേ?”

“മുതലാളിയല്ല, മീൻകാരൻ അമ്മദ്.”

“നിങ്ങളെ ഒത്തിരി ഉപദ്രവിച്ച ആ മനുഷ്യന് എന്തിനാ റീത്ത് വെച്ചത്?”

“ഞാനിപ്പോഴും മീൻവിറ്റ് മക്കളെ പോറ്റുന്നു. യേമാൻ ഒത്തിരി സമ്പാദിച്ചു. പക്ഷേ, നല്ല മക്കളെ കിട്ടിയില്ല. പടശ്ശോൻ പരീക്ഷിച്ചവരെ ശിക്ഷി

ക്കാൻ നമുക്കെന്താ കാര്യം. ന്നെ സഹിക്കാൻ പഠിപ്പിച്ചത് യേമാനാ. ജീവിക്കാൻ പല വേലകളും ദുനിയാവിലുണ്ടെന്ന് ന്നെ മനസ്സിലാക്കി ത്തന്നത്, ന്നെ കരുത്തനാക്കിയത് യേമാന്റെ കാരണമില്ലാത്ത പകയാണ്.

ന്റെ കുഞ്ഞുങ്ങൾ അവരുടെ കാലുകളൂന്നി നടന്നു തുടങ്ങിയിട്ടുണ്ട്. തമ്പുരാന്റെ കൃപ."

ഗുമസ്തൻ ചാർമിനാർ സിഗരറ്റ് വെച്ചുനീട്ടി.

"ഞാനത് നിർത്തി സാറേ."

ആകാശത്തേക്ക് ഉയരുന്ന ശവഗന്ധത്തിൽ നിന്ന് മോചിതനായി മീൻമണവുമായി അയാൾ മീൻതട്ട് ലക്ഷ്യമാക്കിനടന്നു.

നിറയെ പൂക്കളുള്ള പില്ലോക്കവർ

പപ്പായുടെ മുഖമാണ് സർജറി ടേബിളിൽ കിടക്കുന്ന മനുഷ്യന്. ഇല്ലാത്ത ധൈര്യം ഉണ്ടെന്നുകരുതി, പ്രാർത്ഥനയോടെ കീറി മുറിക്കുകയാണ്.

"ബ്രില്യന്റ്" ഡോക്ടർ ഷേണായി അങ്ങനെ പറയുന്നത് വലിയ അംഗീകാരമാണ്. ആ പാദങ്ങളിൽ തൊട്ടുവണങ്ങി.

"മൈ ഗേൾ, എന്തായിത്?" കണ്ണുകൾ കരകവിയുന്നുണ്ടായിരുന്നു.

പപ്പായെ വിളിച്ചു പറയണം. പപ്പാ അറിയട്ടെ. മകൾ മനുഷ്യ ഹൃദയം കീറിമുറിച്ചു തുടങ്ങിയെന്ന്. പ്രളയം കഴുകിത്തുവർത്തിയ ദേശീയപാതയിലൂടെ 'ഒലിവിന്റെ' ഫ്ളാറ്റ് ലക്ഷ്യമാക്കി കാർ ഇഴഞ്ഞു.

'ബഹാരോ ഫൂൽ ബർസാവോ

മേരാ മെഹബൂബ് ആയാഹേ.' പ്രകാശമാനമായ സ്വരമാണ് റാഫി സാബിന്, റിയൽ ലജന്റ്. തനിക്കും പപ്പായ്ക്കും റാഫിയുണ്ടെങ്കിൽ പറഞ്ഞറിയിക്കാനാവില്ല. സൈഗാളിനും പങ്കജ് മല്ലിക്കിനും ശേഷം നാം കേട്ട ഹൃദയഹാരിയായ ശബ്ദമാണ് റാഫിയുടേത്.

"മോളേ" പപ്പാ സ്ക്രീനിൽ തെളിഞ്ഞു.

"ആ പപ്പാ, ഞാൻ വിളിക്കാനിരിക്കയായിരുന്നു."

"റാഫിസാബിനെ കേട്ടാൽ ന്റെ കണ്മണി ലോകം മറക്കുമെന്ന് എനിക്കറിയാം."

"ശരിയാ പപ്പാ, റാഫിയുടെ പാട്ടുകൾ വേനലിൽ കുളിർ മഴപോലെയാണെനിക്ക്, വാട്ട് എ സ്വീറ്റ് വോയിസ്! അതെന്റെ ഹൃദയമിടിപ്പിനെ നോർമ്മലാക്കുന്നു. ആ പപ്പാ എന്തേ ഷേവ് ചെയ്യാത്തത്? ഉമ്മ വയ്ക്കുമ്പോൾ ന്റെ മുഖം മുറിയും പപ്പാ, ആട്ടെ ഹരിദ്വാറിലേക്ക് പോകുന്നോ?"

"ന്റെ കൺമണിയെ കാണാതെ പപ്പായ്ക്ക് എങ്ങും പോകാനാവില്ല. ഒരുന്മേഷവും തോന്നുന്നില്ല അതാ."

"ഡോക്ടർ എന്തുപറഞ്ഞു? ആ പപ്പാ, ഡോക്ടർ അരുൺ എന്റെ ഫ്രണ്ടിന്റെ ആളാ. സോറി പപ്പാ ഞാനാ രഹസ്യം പറയാൻ പാടില്ലായിരുന്നോ?"

"ചുട്ടുപൊള്ളിക്കുന്ന രഹസ്യങ്ങൾ." പപ്പ മന്ത്രിച്ചു.

"എന്താണ് പിറുപിറുക്കുന്നത്?"

"നത്തിങ്, രണ്ടുമാസത്തെ വിശ്രമം വിധിച്ചിരിക്കുന്നു. മെഡിസിന്റെ ഡോസ് കുറച്ചിട്ടുണ്ട്."

"പിന്നെന്താ മൂഡ്ഓഫ്, ബി ഹാപ്പി പപ്പാ. പപ്പ നരച്ചാൽ മോൾക്ക് വിഷമമാകും."

"ഷേവ് ചെയ്യാം, ചെയ്യണം, നന്നായി, പൗഡറിട്ട് ഒരുങ്ങണം, നന്നായി ഡ്രസ് ചെയ്യണം. നീ വരുമ്പോൾ ഒക്കെ ചെയ്തിരിക്കും, എന്താ?"

"നല്ലകുട്ടി. എന്തെങ്കിലും പറയാനുണ്ടോ? ഏ സുമുഖാ ഞാൻ ഡ്രൈവ് ചെയ്യുകയാണ്."

"ഉണ്ട്, നിന്റെ ബ്രദർ പ്രണവ് ഈ രാത്രി ദുബായിൽനിന്ന് വടക്കേ അമേരിക്കയിലേക്ക് തിരിക്കും. നീയറിഞ്ഞോ, അവൻ ഖത്തർ എയർവെയ്സ് വിട്ടു, ഇത്തിഹാദിലാ, അവർ വല്യ പുള്ളികളാ, ഈശ്വരോ രക്ഷിതു."

അവൾ പ്രാർത്ഥനയിലായി.

"ഒരു കാര്യം നിന്നോടുപറഞ്ഞ് ഏല്പിക്കണമെന്ന് തോന്നി."

"പറ പപ്പാ."

"എന്റെ ലില്ലിയെ നീ നന്നായി നോക്കണം. പറ്റുമെങ്കിൽ മമ്മിയെ എറണാകുളത്തേക്ക് കൊണ്ടു പൊയ്ക്കോളൂ."

എതിരെവന്ന പാണ്ടിലോറി സഡൻബ്രേക്ക് ചെയ്തില്ലായിരുന്നെങ്കിൽ? കാർ സൈഡൊതുക്കി നിർത്തി.

"പപ്പാ, പപ്പാ" റെയിഞ്ച് ഔട്ടായിരിക്കുന്നു.

"ഹേ മാഡം" പൊലീസുകാരൻ നോ പാർക്കിങ് പലക ചൂണ്ടി കണ്ണുരുട്ടി.

"എടുത്തുമാറ്റൂ, ഫൈൻ എത്രയാണെന്നറിയാമോ?"

"സോറി, റിയലി സോറി സാർ."

കാർ ടോൾ ഗേറ്റ് കടന്ന് മുന്നോട്ടുപോയി. അംബര ചുംബിയായ കെട്ടിടത്തിന്റെ പാർക്കിങ് ഏരിയ.

"എന്താ പപ്പാ അങ്ങനെ പറഞ്ഞത്? ഡയബറ്റിക്കാ, ചൈതന്യം ചോർ ത്തിക്കളയുന്ന രോഗാ. നന്നേ വെളുത്തമേനിയിൽ കാലംതെറ്റി വീണ ചുളിവുകൾ നിവരാതെ പടരും."

വെങ്കിടേശ്വര സുപ്രഭാതത്തിൽ മുഴുകി, മസ്താൻ ഔലിയായെ വണങ്ങി തെക്കോട്ട് വെച്ചുപിടിച്ചുള്ള പ്രഭാത സവാരി. പട്ടണത്തിലെ

നായ്ക്കൂട്ടം വരിവരിയായി പുറകേയും. എത്ര കിലോമീറ്റർ! കലശലായ ശ്വാസംമുട്ടൽ, നന്നേ വിയർത്തു. തലചുറ്റുന്നതുപോലെ. സീനിയർ കാർഡിയോളജിസ്റ്റ് ഡോക്ടർ അരുണിനെ കണ്ടു. ഇ സി ജിയിൽ വേരിയേഷൻ. കാത്ത് ലാബിലെ കാത്തിരിപ്പ് മുറിയിൽ കണ്ണടച്ച് ധ്യാനിച്ചിരുന്നു. രണ്ടുബ്ലോക്കുകൾ, തൊണ്ണൂറ്റിയൊൻപത് ശതമാനമെന്ന്, ആഞ്ചിയോപ്ലാസ്റ്റിന് വിധേയനായി. മരുന്നും ആഹാരവും വിശ്രമവും നിർദ്ദേശാനുസരണം പാലിച്ചു. ആശ്വാസം തോന്നി.

'പ്രതിഭ' പപ്പായുടെ പരസ്യ കമ്പനിയാണ്. മമ്മാ മോഡലായി വന്നതാണ്. വാക്കുകളുടെ ബഹളത്തിൽ പ്രതിഭാധനന്റെ ഹൃദയത്തിൽ ചേക്കേറി. ലില്ലി ഭയരാഹിത്യത്തിന്റേയും കാര്യക്ഷമതയുടേയും മോഡലാണ്. യുവത്വം പടിവാതില്ക്കലെത്തി പിന്തിരിയാതെ അമാന്തിച്ചു നില്ക്കയാണ്.

നാളെയാകട്ടെ, മമ്മായെ വിളിച്ചുപറയണം. പപ്പായുടെ ഉൽക്കണ്ഠകളെക്കുറിച്ച്. കരുതലിനെ കാതോർക്കാൻ പറയണം.

സന്ധ്യ ചുവന്നുവരികയാണ്. ദേഹശുദ്ധി വരുത്തി.

'അച്യുതം കേശവം
കൃഷ്ണ ദാമോദരം
രാമ നാരായണം
ജാനകീ വല്ലഭം...'

മുത്തശ്ശി മടിയിലിരുത്തി ചൊല്ലിപ്പഠിപ്പിച്ചതാണ്.

'കാർഡിയോ മയോപ്പതി'യെക്കുറിച്ച് ഗൂഗിളിൽ തിരഞ്ഞു, നോട്ട് കുറിച്ചു. ഉണക്കച്ചപ്പാത്തിയും ചുക്കുവെള്ളവും അകത്താക്കി, ഡയറ്റിങ്ങാണ്.

'സൂരജ് ഭായി,. ലാട് ഗയാ മേരാ സമാനാ... മേരീ അമ്മീ മുച്ഛേ അകേലെ ത്ധോഡ് കെ ഗയി..'

കരുത്തനെന്നും ബലിഷ്ഠനെന്നും തോന്നിപ്പിച്ചിരുന്ന അബാസീൻ ഖാൻ നിയന്ത്രണമില്ലാതെ തേങ്ങി. ഇന്ത്യയും പാകിസ്ഥാനും അസ്തമിച്ച് അമ്മമാരും മക്കളും മാത്രമുള്ള ഒരു ലോകത്തിലായി ഞങ്ങൾ. മനുഷ്യരുടെ സങ്കടങ്ങളിൽ വെന്ത് ദേശകാലങ്ങൾ ദ്രവിച്ചു പോകുന്നു. ഡോക്ടർ സാഹിറയാണ് പി ജെ ജെ ആന്റണിയുടെ 'വെടി മരുന്നിന്റെ മണം' ശുപാർശ ചെയ്തത്. പി ജെ ജെ പ്രവാസം മതിയാക്കി നാട്ടിലെത്തിയതായി കേട്ടിരുന്നു.

സങ്കുചിത ദേശീയത ദഹിച്ചു പോകുന്നത് ആർത്തിയോടെ വായിച്ച് ഉറക്കത്തെ പുല്കി.

മൊബൈൽ നിർത്താതെ ശബ്ദിക്കുകയാണ്. മുറി പ്രകാശിതമായി. പപ്പായാണ്, ഈ പാതിരാത്രിക്ക്?

"എന്താ പപ്പാ ഉറക്കം വരുന്നില്ലേ?"

"മോളേ, പപ്പാ ഉറങ്ങി." മമ്മായുടെ ശബ്ദം കരുതലോടെ ചിതറി.

"ന്താ മമ്മാ കാര്യം പറയൂ."

“പപ്പാ ഈസ് നോ മോർ.”

“മമ്മാ..” അവളുടെ ശബ്ദത്തിൽ അവിശ്വസനീയത കനത്തു.

“രാത്രി ഇരുട്ടി കടുത്ത ശ്വാസംമുട്ടൽ, ഒന്നു രണ്ടു തവണ ഒമിറ്റു ചെയ്തു. മുറി മുഴുവൻ ചുവന്നു. ആശുപത്രിയിലെത്താൻ കാത്തു നിന്നില്ല. നിതാന്തനിദ്ര.”

മുറി പൂട്ടിയിറങ്ങി.

“കുഞ്ഞേ കൂടെ വരാം.”

“നോ അങ്കിൾ, ഞാൻ പൊക്കോളാം” സെക്യൂരിറ്റിയോട് വിവരം പറഞ്ഞു. കാർ സ്റ്റാർട്ട് ചെയ്തു. റാഫി നിശ്ശബ്ദ വേദനയായി പടരുക യാണ്.

രാത്രി വിളക്കുകളോടൊപ്പം പുതിയ വെളിച്ചങ്ങളും. ഗൂർഖാ വിസി ലടിച്ച് തെരുവിലൂടെ സൈക്കിൾ ചവിട്ടുകയാണ്.

മമ്മായുടെ ചേച്ചിയുടെ ഭർത്താവ് പട്ടാളക്കാരൻ വലിയച്ഛൻ തെക്ക് വടക്കു നടക്കുകയാണ്. സിഗരറ്റെരിയുന്നു.

“നീയോ, ഞാൻ കരുതി നേരംവെളുത്തേ വരൂന്ന്.”

ചിരിച്ചു മയങ്ങുകയാണ് പപ്പ. ഒരിറ്റുകണ്ണീർ പൊടിഞ്ഞില്ല. കവിളു കളിൽ ഉമ്മവെച്ചു. എപ്പോഴാണ് പപ്പ ഷേവ് ചെയ്തത്? പൗഡറിട്ട് നന്നായി ഡ്രസ്ചെയ്ത് സുമുഖൻ ഒരുങ്ങിക്കിടക്കുകയാണ്. നക്ഷത്രാ ങ്കിത ആകാശത്തിൽ ഒരു പഞ്ഞിക്കെട്ടുപോലെ.

പപ്പാ വാക്കുപാലിച്ചിരിക്കുന്നു. മോളോട് പറഞ്ഞ ഒരു വാക്കും നാളിതുവരെ പപ്പ പാലിക്കാതിരുന്നിട്ടില്ല. മനസ്സ് വിങ്ങി.

മമ്മായുടെ കൂർക്കംവലി കേൾക്കാം. പാവം ക്ഷീണിച്ച് മയ ങ്ങിയതാകും.

“മമ്മാ” മമ്മാ ചാടിയെണീറ്റു.

“നീ വന്നോ, പപ്പാ പോയി.”

ശബ്ദം അതിരുകൾ ഭേദിച്ച് വലിയച്ഛനെ ക്ഷണിച്ചുവോ? വലിയച്ഛൻ മമ്മായെ താങ്ങിയിരുത്തി.

“എന്താ ലില്ലി ഇങ്ങനെ? തമ്പുരാൻ വഴിയൊരുക്കുകയാണ്. കൂൾ” മമ്മാ വലിയച്ഛന്റെ പട്ടാള കൈകൾ മെല്ലെ ഒഴിവാക്കി ബെഡ്ഡിലേക്ക് വീണു.

ഇത്തിഹാദ് മേഘങ്ങൾക്കപ്പുറത്ത് ഒരു പൊട്ടുപോലെ പായുകയാ ണിപ്പോൾ. യന്ത്രഭാഗങ്ങൾ നിയന്ത്രിക്കുകയാവാം പ്രണവ്. കടലിനു മേലെ ഒരു സങ്കടക്കടൽ.

പരസ്യക്കാരനായ വലിയ ചിത്രകാരനെ കൊട്ടും കുരവയുമില്ലാതെ യാത്രയാക്കി. ശേഷക്രിയകൾ ചെയ്യാനുള്ള ആൺതരി ആകാശത്ത് അലയുകയായിരുന്നുവോ?

വന്നവർ വന്നവർ, വീട്ടുവരാന്തയിൽ ദുഃഖം ഇറക്കിവെച്ച് യാത്ര പറഞ്ഞുപോയി.

ചിതറിവീണ അരിമണികളിൽ എറുമ്പുകൾ സമാധിയിരുന്നു. അവയോടൊപ്പം വലിയച്ഛൻ പുകച്ചുരുളുകൾകൊണ്ട് മഴനനഞ്ഞു പുറത്തുനിന്നു.

രാത്രിയിൽ ഫ്രിഡ്ജ് തുറക്കുന്ന ശബ്ദം കേൾക്കാമായിരുന്നു. പട്ടാളക്കാരനല്ലേ പതിവുശീലങ്ങളാകാം. വലിയമ്മയ്ക്ക് അദ്ദേഹത്തിന്റെ നടപടികളോട് യോജിപ്പില്ല. മകനൊരുവനുള്ളത് അതിർത്തിയിലാണ്.

ഇന്നേക്ക് മൂന്നായി. എറണാകുളത്തുനിന്ന് ഷേണായി സാറും സാഹിറയും മറ്റും വന്നുപോയി. മമ്മ നോർമ്മലാകുന്നതേയുള്ളൂ. പപ്പ ചുമതലപ്പെടുത്തിയ കാര്യം മമ്മായോട് പറയണം. മമ്മായെ തനിച്ചാക്കി പോകുന്നത് നന്നല്ല. അടിയന്തിരം കഴിഞ്ഞ് എറണാകുളത്തേക്ക് കൊണ്ടുപോകാം. വീട് തല്ക്കാലം പൂട്ടിയിടാം. ഒരു സെക്യൂരിറ്റിയെ ഏർപ്പാടുചെയ്യണം.

പ്രണവിന് പ്രാണൻ മുറിയുന്നതായിതോന്നി. കൊച്ചുകുട്ടികളെപ്പോലെ കരഞ്ഞു.

"എന്തു നിർഭാഗ്യമാ. ദുബൈയിൽ മിറാക്കിൽ ഗാർഡനടുത്ത് ഒരു ഫ്ളാറ്റ് കണ്ടുവെച്ചിരുന്നു. പപ്പായ്ക്ക് പൂക്കളെ തലോടി വൈകുന്നേരങ്ങൾ ആസ്വദിക്കാനാ. പൂക്കൾ അകാലത്തിൽ വാടിക്കൊഴിഞ്ഞുവോ?

നമുക്കുവേണ്ടി എത്ര കഷ്ടപ്പെട്ടതാ. വലിയ പരസ്യ ബോർഡുകൾ കൂറ്റൻ ബിൽഡിങ്ങിന്റെ നെറുകയിലേക്ക് വലിച്ചുകയറ്റി ഉറപ്പിച്ചത് നമ്മൾക്ക് ആകാശം പണിയുവാനായിരുന്നു. പപ്പായുടെ ക്രിയേറ്റിവിറ്റിയുടെ നൂറിലൊന്ന് നമുക്കില്ല. ഗ്രേറ്റ്മാൻ. സ്വന്തം ജീവിതത്തെ പരസ്യപ്പെടുത്തുവാൻ പപ്പ മോഹിച്ചില്ല. പപ്പാ ഒരു ഇൻട്രോവർട്ട് ആയിരുന്നു.

'കല്യാണിന്റെ' പരസ്യം പപ്പായ്ക്ക് കരാറായതായിരുന്നു. മോഡലുകളെ കണ്ടെത്താൻ വലിയച്ഛനെ ചുമതലപ്പെടുത്തിയിരുന്നു.

എല്ലാ പരസ്യങ്ങളും പാതിവഴിയിലുപേക്ഷിച്ച് മാർക്കറ്റിൽനിന്ന് പപ്പാ അപ്രത്യക്ഷമായോ?

പക്ഷേ, മക്കൾക്ക് ആ ഫീൽഡ് പപ്പാ ശുപാർശ ചെയ്തില്ല. "വലിയ കഷ്ടപ്പാടാ ഏറോനോട്ടിക്കൽ എഞ്ചിനീയറിങ് പഠിക്കൂ. ഇഷ്ടമാണെങ്കിൽ വലിയ സാദ്ധ്യതയാ. നിന്റെ വിമാനത്തിൽ പപ്പായ്ക്ക് ലോകം ചുറ്റണം." പ്രണവ് കരച്ചിലൊതുക്കാൻ നന്നേ പാടുപെട്ടു.

"മമ്മായെ എറണാകുളത്തേക്ക് കൊണ്ടുപോകുകയാ."

"നിന്റെ ഇഷ്ടംപോലെ" പ്രണവ് മന്ത്രിച്ചു.

"ഇല്ല കൺമണി, ഞാൻ വരുന്നില്ല. പപ്പാടെ മണ്ണാണിത്. എനിക്ക് വെറുതെയിരിക്കാനാകില്ല. പപ്പാടെ ബിസിനസ് നോക്കി ഞാനിവിടെ കഴിഞ്ഞോളാം. എനിക്കത്രയ്ക്ക് പ്രായമായില്ല." ഒരു നിർബ്ബന്ധത്തിനും മമ്മ വഴങ്ങിയില്ല. മമ്മായുടെ ഇഷ്ടത്തിന് എതിരു നില്ക്കണ്ടായെന്ന് വലിയച്ഛൻ ഉപദേശിച്ചു.

"ഞാനുണ്ടല്ലോ, ഡോക്ടർ പൊയ്ക്കോളൂ."

മമ്മായെ എല്ലാരാത്രിയിലും വിളിച്ചു. എപ്പോഴും തിരക്കാ മമ്മായ്ക്ക്. ഒരിക്കൽ മമ്മാ മനസ്സുതുറന്നു.

"നിന്റെ മെഡിക്കൽ സയൻസിന് പിടികിട്ടാത്ത സമസ്യയാണ് ജീവിതം. മൃതദേഹങ്ങൾ മറവുചെയ്യുന്നതിനുപകരം പഠിക്കാൻ കൊടുക്കണമെന്നാ എന്റെ പക്ഷം. ഉപയോഗിക്കട്ടെ. യൂസ് ആന്റ് റിയൂസ്. ജോലി കൃത്യമായി ചെയ്യുക."

മമ്മാ എന്താ ഉദ്ദേശിച്ചത്? എന്തുമാകട്ടെ. ഷി ഈസ് വൈബ്രന്റ് ആന്റ് പ്രാക്റ്റിക്കൽ, എന്നുകുറിച്ചു.

"വാഗ ഒരു സങ്കടമാണ്. ദൂരക്കാഴ്ച കുറഞ്ഞിരുന്ന പൂർവ്വികരുടെ ഒരു കൈപ്പിഴ" കൺമണി പി ജെ ജെ ആന്റണിയെ വായിച്ച് നെടുവീർപ്പിട്ടു.

ബിസ്മില്ലാഖാന്റെ ഷഹ്ണായി അവിടമാകെ പരക്കുന്നതായി തോന്നി.

മുൻകൂർ പറയാതെയാണ് ശനിയാഴ്ച രാത്രി എട്ടുമണിക്ക് വീട്ടിലേക്ക് കയറിച്ചെന്നത്. കഞ്ഞിക്കുഴിയിൽനിന്ന് ജൈവ പച്ചക്കറി വാങ്ങിയിരുന്നു. രാത്രിയിൽ ചപ്പാത്തിയോടൊപ്പം വെജിറ്റബിൾ സാലഡ് ഉണ്ടാക്കിത്തരാൻ മമ്മായോട് പറയണം. ഫ്ളാറ്റ് വല്ലാത്ത മടുപ്പാ. വരാന്തയിൽ അരണ്ട വെളിച്ചം മാത്രം.

'ഇതെന്തു കഷ്ടമാ. ഉറക്കം നേരത്തെയാക്കിയോ? അല്ല ആരെ കാത്തിരിക്കാനാ. മമ്മാ ക്ഷീണിച്ചുറങ്ങിക്കാണും. പാവം'

ബെല്ലമർത്തി. മമ്മായാണ് വാതിൽ തുറന്നത്.

"ഭാനുമതി കൂട്ടിനില്ലേ?"

"വേലക്കാരല്ലേ അവർക്കും വീടും കൂടും ഒക്കെയില്ലേ, ഇന്നുപോയി"

"മമ്മായ്ക്ക് തനിയെ കിടക്കാൻ പേടിയാകില്ലേ?"

"പേടിയാ, ഞാൻ വലിയച്ഛനെ വിളിച്ചു. മുറിയിലുണ്ട്."

"അത് നന്നായി. വല്യമ്മയ്ക്ക് കൂട്ടാരുണ്ട്."

"അവർക്ക് ഒറ്റയ്ക്ക് കിടന്ന് നല്ല ശീലമാ."

മങ്ങിയവെളിച്ചത്തിൽ സിഗരറ്റെരിയുന്നത് കാണാം. പുകക്കാട്ടിൽ അകപ്പെട്ടതുപോലെ. മദ്യത്തിന്റെ രൂക്ഷഗന്ധം.

"ഹായ് വലിയച്ഛാ."

"നീ എപ്പോഴും പറയാതെവരുന്നു. അത് ശരിയായ രീതിയല്ല. പട്ടാളത്തിലായിരുന്നെങ്കിൽ...."

"ഓ" തന്റെ വീട്ടിലേക്ക് വരണമെങ്കിൽ മുൻകൂർ അറിയിപ്പുകൾ വേണം പോലും. തനിക്ക് വഴിതെറ്റിയോ? തന്റെ കൂടുമാറിയോ?

"നീ വരുമെന്ന് അറിഞ്ഞിരുന്നെങ്കിൽ എനിക്ക് എന്റെ വീട്ടിൽ ചുരുണ്ടു കൂടാമായിരുന്നു, ഓ കെ." അയാൾ കിടക്കയിലേക്ക് ചാഞ്ഞു.

"മമ്മാ, ഞാൻ വന്നത് വലിയച്ഛന് ബുദ്ധിമുട്ടായോ?"

"ഒന്നു പതുക്കെ" മമ്മാ ശാസിച്ചു.

പപ്പായുടെ മുറിയിൽ പപ്പായുടെ ഓർമ്മകളെ പുണർന്ന് ഈ രാത്രിയിൽ കിടക്കണം, റാഫിയെ കേൾക്കണം, മതിവരുവോളം.

റാഫിയുടെ ഛായാചിത്രം, കമ്പനംനിലച്ച ഗ്രാമഫോണുകൾ, റിക്കാർഡുകൾ. എല്ലാ പഴമയും എത്ര കൃത്യമായി പപ്പാ അടുക്കിപ്പെറുക്കിവെച്ചിരിക്കുന്നു!

സിംഗിൽകോട്ടിൽ നീലഷീറ്റ് വിരിച്ചിരിക്കുന്നു. നിറയെ പൂക്കളുള്ള പില്ലോകവർ. പപ്പാ സദാ ഉപയോഗിക്കുന്ന കുട്ടിക്കൂറ പൗഡറിന്റെ ഒഴിഞ്ഞടിന്നുകൾ!.

പപ്പായുടെ ഡയറി നോക്കണം. ആർക്കെങ്കിലും എന്തെങ്കിലും കൊടുക്കാനുണ്ടെങ്കിൽ കൊടുക്കണം. കടം പപ്പായ്ക്ക് ഇഷ്ടമല്ല.

"കണ്മണി എനിക്കു നല്ല ക്ഷീണം, നീ അത്താഴം കഴിച്ചിരിക്കുമല്ലോ?"

ഒന്നും കഴിച്ചില്ലായെന്ന് പറയുന്നതിന് മുൻപ് മമ്മായുടെ മുറിയിൽ വിളക്കണഞ്ഞു.

വാതിൽ ചാരി. കണ്മണി പപ്പായുടെ മേശ തുറന്നു.

"മോളേ.." പപ്പ തന്നെ വിളിച്ചുവോ? പപ്പാ റാഫിയേയും തന്നേയും നോക്കി ചിരിച്ചുവോ?

2018 ജാനുവരിയിലെ യുണീക് ടൈംസ് മാഗസിൻ.

ബെറ്റി കരുണാകരന്റെ മുഖച്ചിത്രം. ബെറ്റി പ്രിയതമനുവേണ്ടി സ്നേഹത്തിന്റെ സ്മാരകം തീർത്തിരിക്കുന്നു. ഒരിക്കൽ പപ്പ, രവി കരുണാകരൻ മ്യൂസിയത്തിൽ കൊണ്ടുപോയത് അവളോർത്തു. കാഴ്ചയുടെ വസന്തം. കയർ വ്യവസായത്തെ ലോക നിലവാരത്തിൽ എത്തിച്ചതിൽ രവിക്കുള്ള പങ്ക് പപ്പാ വിവരിച്ചു. തഞ്ചാവൂർ പെയിന്റിങ്സ്, ആനക്കൊമ്പിൽ തീർത്ത കരകൗശല വസ്തുക്കൾ, വെള്ളാരം കല്ലുകൾ... സമ്മോഹനമായി സമ്മേളിക്കുന്ന സ്മാരകം. അതാണ് ദിവ്യസ്നേഹമെന്ന് പപ്പാ പറഞ്ഞു, പലതവണ.

"പപ്പാ മരിച്ചാൽ മോള് എന്തു സ്മാരകമാ പണിയുന്നേ?"

"പപ്പാ" പപ്പായുടെ വായ് പൊത്തിപ്പിടിച്ചുകരഞ്ഞു. "അരുത് പപ്പാ, അങ്ങനെ പറയരുത്. മോൾക്കത് താങ്ങാനാവില്ല."

മാഗസിന്റെ താഴെ 2019 ലെ ഡയറി. ജാനുവരി–14. ബ്ലാക്ക് സെല്ലോപെൻ തുറന്നുവച്ചിരിക്കുന്നു.

'ചില സംശയങ്ങൾ അവളെപ്പറ്റി എനിക്കുണ്ടായിരുന്നു. ഡോക്ടറെ കണ്ടു, എല്ലാം നോർമൽ. ചെറിയ വിശ്രമം മതിയെന്ന സന്തോഷത്തിലാണ് ഞാൻ വീട്ടിലേക്ക് വന്നത്. മുൻവശത്തെ വാതിൽ ചാരിയിട്ടേ ഉണ്ടായിരുന്നുള്ളു. ഇരുട്ട് വീണു തുടങ്ങിയിരുന്നു. വാതിൽതുറന്ന് ലില്ലിയുടെ കിടപ്പുമുറിയിലേക്ക് ചെന്നു. പട്ടാളക്കാരൻ അവളുടെ കിടക്കയിൽനിന്ന് എഴുന്നേറ്റു വരുന്ന കാഴ്ച!. എനിക്കെന്റെ കണ്ണുകളെ വിശ്വസിക്കാനായില്ല. ആ രാത്രിയിൽ എനിക്കുറങ്ങാനായില്ല.

ജനുവരി–15.

മഞ്ഞുപെയ്യുന്ന സന്ധ്യ. കണ്മണിയെവിളിച്ചു. മമ്മായെ നന്നായി നോക്കണമെന്നുമാത്രം പറഞ്ഞു. ഞാൻ കണ്ടത് മോളോട് ഞാനെങ്ങനെ പറയും?

പപ്പാ ഷേവ് ചെയ്യണമെന്ന് അവൾ പറഞ്ഞു. ഞാനത് ഈ രാത്രിയിൽ അവളുടെ സ്നേഹചുംബനത്തിനായി അനുസരിച്ചു. ഇപ്പോൾ രാത്രി 11 മണി. ഇന്നും ഉറക്കം വരുന്നില്ല. വല്ലാതെ വിയർക്കുന്നു. ഒമിറ്റ് ചെയ്യുമെന്ന് തോന്നുന്നു. മോളേ, പപ്പാ...'

ആകാശം കീഴ്മേൽ മറിയുന്നുവോ? ജനലഴികളിൽ പിടിച്ചുനിന്നു. അങ്ങകലെ ഇപ്പോൾ ഉദിച്ച നക്ഷത്രം തന്നെ നോക്കി കണ്ണ് ചിമ്മുന്നു.

ഭ്രാന്തമായ ഒരാവേശത്തിൽ പപ്പായുടെ മൊബൈലിലേക്ക് വിളിച്ചു.

'സുഹാനി രാത്ത് ദൾ ചുക്കി ...'

റാഫിയുടെ വിരഹഗാനം അവിടമാകെ സാന്ദ്രമാവുകയാണ്.

കമ്പനം നിലച്ച ഗ്രാമഫോൺ, പഴയ റിക്കോർഡുകൾ, റാഫിയുടെ ഛായാചിത്രം. യുണീക് ടൈംസ് മാഗസിൻ, ഡയറികൾ, പഴയ കുട്ടിക്കൂറ ടിൻ, മൊബൈൽ ഒക്കെ ബാഗിൽനിറച്ച് ആ രാത്രിയിൽ പപ്പായുടെ സുഗന്ധവുംപേറി കണ്മണി കൂടുവിട്ട് വടക്കോട്ട് കാറോടിച്ചുപോയി.

വിശന്ന ചോറ്റുപാത്രങ്ങൾ

"ഇന്ന് ക്ലാസില് നല്ല പടക്കം പൊട്ടിക്കലായിരുന്നു."

"പടക്കമോ?"

"എർവിനും അശ്വിനും സച്ചിനുമൊക്കെക്കൂടി ഒരു കളി. ഒരുതരം തവളച്ചാട്ടം. രണ്ടവന്മാര് കുനിഞ്ഞു നില്ക്കും. മൂന്നാമൻ ലവന്മാരുടെ മുതുകിനു മുകളിലൂടെ ചാടും. ഇടയ്ക്ക് എർവിനും അശ്വിനും സൈഡിലേക്ക് മാറിക്കളഞ്ഞു. എന്റെ ഉപ്പാ, സച്ചിൻ അടിച്ചുതല്ലി വീണു. മുട്ടുപൊട്ടി. ബ്ലഡ്വന്നു. സാന്ദ്രമാം, ഞങ്ങടെ ക്ലാസ് ടീച്ചറെ, ഇത് കണ്ടോണ്ടു വന്നു. പോരേ പൂരം! പിന്നെ ഒരു പടക്കം പൊട്ടിക്കലായിരുന്നു. ചാടിയവനേയും നിന്നവനേം കണ്ടവനേം ഒക്കെ പൊതിരെ തല്ലി."

"ചൂരലു വെച്ചാ?"

"ഉപ്പാ, കൈവെച്ച്, പുറത്തിട്ട്, നമ്മടെ അറവുകാട് അമ്പലത്തിലെ ഒൻപതാം ഉത്സവത്തിന്റെ വെടിക്കെട്ടില്ലെ, അതുപോലെ."

"അവര് കരഞ്ഞോ?"

"എവിടുന്ന്! ചിരിക്കയായിരുന്നു. മാമിന് ദേഷ്യം വന്നു. മാമിന്റെ ഒരു പുതിയ ഫെയിസ് ഞങ്ങളു കാണുകാരുന്നു. 'യു എർവിൻ, അശ്വിൻ റ്റുമാറൊ മോർണിങ് ടേക്ക് പെർമിഷൻ ഫ്രം കവിതാ മാം. അതർ വൈസ് ഡോണ്ട് എന്റർ ഇൻ മൈ ക്ലാസ്.' അത് ഒരു ഒന്ന് ഒന്നര പറച്ചിലായിരുന്നു."

"കവിതാ മാം അതാരാ?"

"ഓ ഉപ്പാ ഞങ്ങടെ പ്രിൻസിപ്പള്."

"എന്നിട്ട് അവന്മാര് എന്തു പറഞ്ഞു."

"സാന്ദ്രമാമിനെതിരേ മാസ്പെറ്റീഷൻ എഴുതി പ്രിൻസിപ്പളിന്

കൊടുക്കുമെന്ന്. പാർവ്വതിയും മരിയയും ശ്രേയയും ഞാനും ഞങ്ങളാരും അതില് സൈൻ ചെയ്യില്ല."

"അതെന്താ?"

"എന്റെ ഉപ്പാ, അവന്മാർക്ക് അത്രയും കിട്ടിയാ പോര, കിട്ടട്ടെ."

"നിങ്ങള് പെൺകുട്ടികളെ സാന്ദ്ര തല്ലാറില്ലേ?"

"ഉപ്പാ നോ, സെ സാന്ദ്രമാം."

"ഓ സോറി, സാന്ദ്രമാം തല്ലാറില്ലേ?"

"ഇന്നാള് തല്ലിയാരുന്നു."

"എന്തിന്?"

"ഉപ്പാ, ക്ലാസില് മലയാളം പറയാൻ പാടില്ലാന്നാ നിയമം. മലയാളം പറഞ്ഞാൽ അസംബ്ലിയിൽ വെച്ച് കവിതാ മാം പരസ്യമായി ശിക്ഷിക്കും."

"തല്ലുമോ?"

"പണിഷ്മെന്റായി ഏതെങ്കിലും ഒരു ടോപ്പിക്കിനെക്കുറിച്ച് അഞ്ചുപത്ത് വാചകങ്ങള് ഇംഗ്ലീഷില് പറയിപ്പിക്കും. എക്സാമ്പിൾ, എബട്ട് യുവർ സ്കൂൾ?, ഡിസിപ്ലിൻ?, യുവർ ഹോം? അങ്ങനെ. നാണക്കേടല്ലേ?"

"സാന്ദ്രമാം തല്ലിയ കാര്യം പറ?"

"ഒരുദിവസം ജന്നത്ത് മലയാളത്തില് കലപിലാന്ന് വർത്താനം പറഞ്ഞു, സാന്ദ്രമാം ഇതുകേട്ടു. മത്തിക്കറി, മാങ്ങാച്ചമ്മന്തി, ചോറ്, മോര്, ചക്കര എന്നൊക്കെ അവൾ എന്നെ വിളിക്കുകയായിരുന്നു. മാം എന്നോടുചോദിച്ചു. നിധീ ഡു യു ഹാവ് പെർമിഷൻ ടു സ്പീക്ക് മലയാളം ഇൻദി ക്ലാസ് റൂം?"

"നോ മാം. ഐ ഡിഡിന്റ് സ്പീക്ക് മലയാളം."

"ടെൽ ദി ട്രൂത്ത്, ഹു സ്പോക്ക് ഇൻ മലയാളം? അതർ വൈസ് ഐ വിൽ പണിഷ് എവരിവൺ."

മാമിന്റെ കണ്ണ് ഉപ്പന്റെ കണ്ണുപോലാ അല്ലേലും. ഞാൻ സത്യം പറഞ്ഞു, ഗാന്ധിജിയെപ്പോലെ. മാം ജന്നത്ത് ടോക്ക് ഇൻ മലയാളം. പിന്നെ പൂരമായിരുന്നു. മലയാളം പറഞ്ഞതിന് ജന്നത്തിനും കേട്ടതിന് എനിക്കും. ലഞ്ച് ബ്രേക്കിന് കൈകഴുകാനായി ഞാൻ ക്യൂവിൽ നിന്നപ്പോൾ ജന്നത്ത് പടപടാന്ന് എന്നെ ഇടിച്ചു. ഞാൻ സത്യം പറഞ്ഞു പോയതിനാ. ഗാന്ധിജിയാ ഇതിനൊക്കെ കാരണം. പിന്നെ മരിയയും പാർവ്വതിയും ഏറ്റുപിടിച്ചു. ഞങ്ങള് ഗേൾസിന്റെ വക ഒരു ഗ്രൻസ്റ്റണ്ട്."

നിധി അടുക്കളയിലേക്ക് വിളിച്ചു.

"ആ, വല്ലുമ്മി നാളെ എനിക്ക് ഫ്രൈഡ് റൈസ് വേണം. പപ്പടം, അച്ചാറ്, കുക്കുമ്പർ. പിന്നെ ടിഫിൻബോക്സിന്റെ മുകളിലത്തെ തട്ടിൽ ലേശം ചമ്മന്തി വെച്ചേക്കണം."

"അയ്യേ, ആരേലും ഫ്രൈഡ് റൈസിനൊപ്പം ചമ്മന്തി കഴിക്കുമോ?"

"എന്റെ വല്ലുമ്മി, കഴിക്കാനല്ല, അവളുമാരെ പറ്റിക്കാനാ. ബോക്സ് തുറക്കുമ്പോൾ ചമ്മന്തി. അപ്പോ കൊതിച്ചികള് ചോറും ചമ്മന്തിയും

എന്നുകരുതി അവരവരുടെ സീറ്റിലേക്ക് പൊയ്ക്കൊള്ളും. അല്ലെങ്കിലേ ഒരു ലേശംപോലും ഫ്രൈഡ് റൈസ് എനിക്ക് കിട്ടില്ല. അവളുമാര് മുഴുവനും കൊത്തിപ്പെറുക്കി കൊണ്ടുപോകും.”

“അപ്പോ അവര് കൊണ്ടുവരുന്നത് നിനക്ക് തരില്ലേ?”

“എന്റെ ഉപ്പാ ഞാൻ പറ്റിക്കാൻ പറഞ്ഞതല്ലേ. ഞങ്ങളെല്ലാരും ഷെയറ് ചെയ്താ കഴിക്കുന്നേ. എല്ലാ രുചികളും ഞങ്ങൾക്കറിയാം. പാർവ്വതിയുടെ മദറിന്റെ സാമ്പാറിന്റേയും തോരന്റേയും രുചി. അശ്വതിടെ മുത്തശ്ശീടെ അവിയല്, ചെമ്മീൻ തീയല്. മരിയയുടെ ഗ്രാൻമായുടെ ബീഫ് ഉലത്തിയത്. നമ്മുടെ വല്ലുമ്മീടെ ബിരിയാണി, ചിക്കൻ ഫ്രൈ... ഞങ്ങടെ ഉച്ചനേരം ഇറ്റീസ് അൺ ബിലീവബിൾ! ടേസ്റ്റ് ഓഫ് ദി വേൾഡ്! ക്യാൻ യു ഇമാജിൻ, ഓൾഡ്മാൻ?”

അവൾ പഠനമുറിയിലേക്ക് ഓടിപ്പോയി.

ഞാൻ അരനൂറ്റാണ്ട് പിന്നിലേക്ക് മടങ്ങി. ഉപ്പുമാവിന്റെ മണം അവിടമാകെ പരക്കുകയാണ്. വീട്ടിൽനിന്ന് കൊണ്ടുവന്ന വക്കു പൊട്ടിയ അലൂമിനിയപ്പാത്രത്തിൽ കമലേച്ചി ഒരു ചെറിയ തവി ചൂട് ഉപ്പുമാവ് വിളമ്പുന്നു. ഞാൻ കൈവിരലുകൾ നക്കിനക്കി രക്തവർണ്ണമാക്കുന്നു. ഉപ്പുമാവു പാത്രത്തിലേക്കും കമലേച്ചിയുടെ മുഖത്തേക്കും തവി യിലേക്കുംനോക്കി നെടുവീർപ്പിടുന്നു. കമലേച്ചി സാറിന്റെ മോനോട് വേണോ വേണോ എന്ന് ആവർത്തിക്കുന്നു.

“ബെല്ലടിക്കാറായി ഭീമസേനാ, പാത്രം മെഴുക്കി ക്ലാസിൽ പോയിരിക്കെടാ.”

കശുമാവിൻചുവട്ടിൽ, അറബിമരത്തണലിൽ, കൊച്ചു കിളിച്ചുണ്ടൻ മാവിന്റെ നെറുകയിൽ കിളികൾക്കൊപ്പം കാറ്റിനോട് കിന്നരിച്ച് ചങ്ങാത്തം കൂടിയത് ഓർമ്മയിലെത്തി കലപില കൂട്ടി. നാലുക്ലാസുവരെ അങ്ങനെ. പിന്നെ ഉപ്പുമാവുമില്ല. ഹസ്സനും വിശ്വപ്പനും തോമായും പഠിപ്പുനിർത്തി. പഴയ പുസ്തകങ്ങൾ പോലും അവർക്ക് കിട്ടിയില്ല. ഒരാള് കടപ്പുറത്ത് മീൻ പെറുക്കാൻ പോയി. ഹസ്സൻ തേങ്ങാപ്പുരയിലെ കാക്കയെ ഓടിക്കാൻ കല്ല് ശേഖരിച്ചു. തോമാ അമ്മൂമ്മ ക്ലാരയോടൊപ്പം ഓലമെടയാൻ ഒപ്പംപോയി. ചുഴലി തകർത്താടിയപ്പോൾ ഒരുച്ചനേരത്ത് സ്കൂളിന്റെ ഓലമേഞ്ഞ കെട്ടിടം നിലംപതിച്ചു. കുട്ടികളിൽ ഏറെപ്പേർ പുതമണ്ണിൽ ഞൊണ്ടിപ്പിടുത്തം കളിക്കയായിരുന്നു. അതുകൊണ്ട് രണ്ടാളെ ചത്തുള്ളു. ഹെലനും സെയ്തലവിയും. അവരുടെ തള്ളമാരുടെ കരച്ചിൽ ആകാശം തൊട്ടു. കുര്യാളിന് ഗുരുതരമായി പരിക്കേറ്റു. കുറെക്കാലം ധർമ്മാശുപത്രിയില്. പിന്നെയവൻ സ്കൂളിന്റെ വരാന്ത ചവിട്ടിയിട്ടില്ല. പള്ളിക്കൂടം കാണുമ്പോൾ അവൻ പേടിച്ചു വിറച്ചു. പള്ളിയില് സഹായിയായി. കീറിത്തുന്നിയ കവിളുകളിൽ പഴുപ്പ് മാറാതെ ഒഴുകി. കുറച്ചുനാൾ മുൻപ് കുര്യാള് കർത്താവിൽ നിദ്രപ്രാപിച്ചു. റസ്റ്റ് ഇൻ പീസ്. അയാൾ ഒരു രക്തസാക്ഷിയായിരുന്നു. നാലാംക്ലാസിൽ വച്ചാണ് ശ്യാമളയോട് കളി പറഞ്ഞതിനാ അവളുടെ ചേട്ടൻ കപ്പടാ മീശ

ക്കാരൻ പൊലീസ് ചോദിക്കാൻ വന്നത്. മൂത്രപ്പുരയിൽ കയറി ഒളിച്ചിരുന്നു. ശ്യാമള അങ്ങ് ക്യാനഡയിലാ, മകനോടൊപ്പം. വലിയപത്രാസിലാ. ശ്യാമളയുടെ പേരക്കുട്ടിയാ നിധിയുടെ ഫ്രണ്ട് പാർവ്വതി. വലിയ ഡാൻസുകാരിയാ.

"ഉപ്പാ, എന്താ ഓർക്കുന്നേ?"

നിധി വൺ സൈഡ് പേപ്പറിനു വന്നതാ. എന്തോ പടം വരയ്ക്കാനാ.

"നടന്നവഴികളിലെ വീണുകിടക്കുന്ന ഇലകൾ പെറുക്കുകയാ മോളേ. കൂട്ടിയിട്ട് മഞ്ഞുകാലത്ത് കത്തിച്ച് തീ കായണം." ഞാൻ മനസ്സിലോർത്തു. നിങ്ങൾ ഭാഗ്യം ചെയ്തവരാ. നല്ല വേഷങ്ങൾ, മതിയാവോളം ഭക്ഷണം, നല്ല സൗഹൃദങ്ങൾ, മികച്ച വിദ്യാഭ്യാസം. ഞങ്ങളുടെ കാലത്ത് അമേരിക്ക ഭൂമിയുടെ മറുവശത്തെ വലിയ ഇരുട്ടായിരുന്നു. ഇസ്രായേൽ വെറുക്കപ്പെട്ട പ്രദേശമായിരുന്നു. ഇന്ന് അമേരിക്കയും ഇസ്രായേലും ദില്ലിയിലെ നക്ഷത്രസൗധങ്ങളിൽ ഉറങ്ങാതിരുന്ന് നമ്മെ നിയന്ത്രിക്കയാണ്. ലോകം മുറ്റത്തെത്തിയിരിക്കുന്നു. "പക്ഷേ, നിധി, അതിജീവനം കടുത്ത വെല്ലുവിളി ഉയർത്തുകയാണ്. നല്ല മനുഷ്യനാകാനുള്ള മത്സരത്തിലും മോളുണ്ടാകണം. പഠിച്ചുമിടുക്കിയായി ഒറ്റയ്ക്ക് യു എസിൽ പോകണം. അവിടേയും കുറച്ചുനാൾ ജോലി ചെയ്യണം. ഏത് പാതിരാത്രിയിലും ഭൂമിയാകെ പിന്നെ ചൊവ്വയിലും ഏഴല്ല എഴുപതിനായിരം ആകാശങ്ങൾ കടന്ന് ഒറ്റയ്ക്ക് പറക്കാനുള്ള അഴകും കഴിവുമുള്ള ചിറകുകൾ പെൺകുട്ടികൾ സ്വന്തമാക്കണം,

"അപ്പോ നിധീ പഠിക്കുകയല്ലേ."

"യെസ് ഉപ്പാ."

അവൾ വൺസൈഡ് പേപ്പറുമായി പടി കയറി അവളുടെ നിഷ്കളങ്ക സുന്ദര ലോകത്തേക്ക് ഓടിപ്പോയി.

കമ്പിവേലികൾ

തങ്കജിയാണ് പറഞ്ഞത്, ഗ്രന്ഥശാലാ വാർഷികത്തിന് 'പണ്ഡിറ്റ് കറുപ്പനും നവോത്ഥാനവും' എന്ന വിഷയം സംസാരിക്കണമെന്ന്. തങ്കജി ലക്ഷണമൊത്ത സാംസ്കാരിക പ്രവർത്തകനാണ്.

'ഇക്കാണും ലോകങ്ങളീശ്വരന്റെ
മക്കളാണെല്ലാമൊരു ജാതി'

'ജാതിക്കുമ്മി' നാടോടി വൃത്തത്തിലാണ് രചിച്ചിരിക്കുന്നത്. പാടി നോക്കിയാലോ?

അത് വേണ്ട, പെണ്ണുങ്ങള് പാടട്ടെ. അതാ ഒരു രസം.

"ഉപ്പാ നമ്മളെപ്പോഴാ പോകുന്നേ? "നിധിയാ, കൊച്ചുമോള്. സ്കൂളു വിട്ടുവരുന്ന വഴിയാ.

"ഏയ് എപ്പൊഴാ പോകുന്നേ?"

"വലിയ അവധിയാവട്ടെ. രാമനാഥപുരത്തു പോകാം."

"ഉപ്പാ"

"പാമ്പൻ പാലം കാണിച്ചുതരാം. സിമന്റിന്റെ പരസ്യം! നല്ല സ്ട്രോങ്ങാ.

പിന്നെ ശിവഗംഗ, മാന്നാർ ഉൾക്കടൽ, പുതുക്കോട്ട, പാക് കടലിടുക്ക്, തൂത്തുക്കുടി, വിരുദു നഗർ.... എല്ലാ അതിരുകളും ചൂണ്ടിക്കാണിച്ചു തരാം."

"എന്റെ ഉപ്പാ"

"നിങ്ങളെ സ്വപ്നം കാണാൻ പഠിപ്പിച്ച അബ്ദുൽ കലാമിന്റെ ജന്മഗൃഹം കാട്ടിത്തരാം"

"ഉപ്പാ ഇങ്ങോട്ട്നോക്കിയേ, ഇങ്ങോട്ട്." അവൾ കീഴ്ത്താടിയിൽ നുള്ളി.

"വായിക്കാൻ സമ്മതിക്കൂല."

"ഉപ്പാ, എന്റെ സ്വപ്നങ്ങൾ കരിഞ്ഞു പോകയാ." ങേ... നിധി സാഹിത്യം പറയുന്നു.

"സത്യമാ, സ്വപ്നം കൊഴിയുകയാ."

ഞാനവളുടെ ഉണ്ടക്കണ്ണിലേക്ക് നോക്കി. സങ്കടം കടലായിക്കിടക്കുന്നു. ഭീതി പടർന്ന് കരിവാളിച്ചിരിക്കുന്നു.

"എന്താമോളേ, എന്തുപറ്റി?"

"ഉപ്പാ നമ്മള് എപ്പൊഴാ പാകിസ്ഥാനിലേക്ക് പോണെ?"

"പാകിസ്ഥാനിലേക്കോ, അങ്ങനെ ഞാൻ മോളോട് പറഞ്ഞിരുന്നുവോ?"

"എനിക്കറിയാം, എന്നോട് പറയാതെ ഒളിച്ചുവച്ചിരിക്കയാ. മോൾക്ക് സങ്കടം വരൂന്ന് ഉപ്പായ്ക്ക് അറിയാം അതാ. ഉമ്മിയും പറഞ്ഞില്ല. വല്ലുമ്മിക്ക് വല്ലുമ്മീടെ ആൾക്കാരുടെ കാര്യം പറയാനെ നേരോള്ളു."

"നിധി, നീ എന്താ പറയുന്നേ?"

അവൾ ഏങ്ങലടിക്കാൻ തുടങ്ങി.

"മോളേ, നീ എന്തിനാ കരയുന്നേ, കാര്യം പറ."

"അശ്വതിയും ഭാഗ്യയും പറഞ്ഞല്ലോ, നമ്മളെയെല്ലാരേം പാകിസ്ഥാനിലേക്ക് പറഞ്ഞ് വിടുമെന്ന്."

"ആര്?"

"ആരാ, നമ്മുടെ ഗവൺമെന്റ്. നമ്മളിവിടുത്തുകാരല്ലെന്ന്. ദുർഗ്ഗ പറഞ്ഞു, പേപ്പറിലൊക്കെ ഉണ്ടാരുന്നെന്ന്. ദുർഗ്ഗയും ത്രേസ്യയും കൂടി നമ്മുടെ വീടും പൂച്ചക്കുട്ടിയേയും നിറയെ പൂത്തമുല്ലയും വീതിച്ചെടുക്കുമെന്ന്. ഉപ്പാന്റെ ഈ മുറിയിൽ അവൾടെ ചേട്ടൻ ഇരിക്കുമെന്ന്. എന്റെ കട്ടിലിൽ അവൾ കിടക്കുമെന്ന്. ത്രേസ്യക്ക് പാത്തൂന്റെ വീട് ചുമ്മാ കിട്ടുമെന്ന്."

നിധിയുടെ ശബ്ദം വിറച്ചു.

"എനിക്കറിയില്ല മോളേ."

"അറിയാം, ഉപ്പായ്ക്ക് എല്ലാം അറിയാം പറയാത്തതാ. ഇന്ന് ഞാനും പാത്തുവും ലാസ്റ്റ് ബെഞ്ചിലാ ഇരുന്നേ. ആഷിക്കും ഞങ്ങടെ അടുത്ത് വന്നിരുന്നു. ഞങ്ങളാരും ഒന്നും മിണ്ടിയില്ല. പാത്തു എന്നെ കെട്ടിപ്പിടിച്ച് കരഞ്ഞുപ്പാ. ആഷിക് മുഖം കുനിച്ചിരുന്നു. അവൻ ആൺകുട്ടിയല്ലേ, അവന് ഞങ്ങളെപ്പോലെ കരയാൻ പറ്റില്ലല്ലോ. ഭാരതി ഇടയ്ക്കിടയ്ക്ക് ഏറുകണ്ണിട്ട് നോക്കുന്നുണ്ടാരുന്നു. അവൾക്ക് കണ്ണീര് വന്നുപ്പാ."

"മോള് കവിതാമാമിനോട് ചോദിച്ചില്ലേ?"

"ഇല്ല"

"അതെന്താ?"

"അവരൊക്കെ ഒരു ജാതിയല്ലേ!"

പുറത്ത് കാലംതെറ്റി മഴ തുടങ്ങിയിരിക്കുന്നു. വലിയ തുള്ളികളാ.

"ജെസി മാമിന്റെ കഴുത്തിലും ത്രേസ്യാടെ കഴുത്തിലും ഒരേ കുരിശാ."

കാറ്റും തുടങ്ങിയിട്ടുണ്ട്. ജനൽപ്പാളി ശക്തമായി അടഞ്ഞു. ചില്ലു പൊട്ടിയെന്നാ തോന്നുന്നേ.

"ഉപ്പാ സത്യം പറ"

അങ്ങകലെ ഇടിമുഴങ്ങുകയാണ്.

"ഞാനെന്തു പറയാനാ?"

"ഉപ്പായ്ക്ക് സങ്കടം വരുന്നില്ലേ?"

ഞാനവളുടെ മുഖത്തേക്ക് വെറുതേ നോക്കി. മഴയത്തും ചുട്ടുപഴുത്തിരിക്കുന്നു.

"ഉപ്പാ, പാടുപെട്ടുണ്ടാക്കിയ വീടും പറമ്പും പോകുന്നതിൽ സങ്കടമില്ലേ? കൂട്ടുകാരെ പിരിയുന്നതില് ഒന്നുമില്ലേ? ഓ വയസ്സായല്ലോ, ഇനിയിപ്പോ ഏത് നാടായാലെന്താ എന്നാണോ?"

വല്ലാത്ത മിന്നൽ, കണ്ണടഞ്ഞുപോയി.

"ഞാൻ വരില്ലുപ്പാ. മുല്ലയ്ക്ക് ആരാവെള്ളമൊഴിക്കുന്നേ? അതു കരിയും. എന്റെ കൂട്ടുകാരികളെ പിരിഞ്ഞ് ഞാൻ വരില്ല. ഉമ്മിയേയും വിടില്ല. ആ.. പിന്നെ ഉമ്മിക്ക് കുഴപ്പമൊന്നും വരില്ല. പേരുകൊണ്ട് ഉമ്മിയെ തിരിച്ചറിയില്ല. ഉപ്പാ മുൻകൂട്ടി കണ്ടിട്ടാണോ 'സൂര്യ' എന്ന് ഉമ്മിക്ക് പേരിട്ടെ."

"മോളേ, യാത്ര അനിവാര്യമാണ്. പിന്നെന്തിനാ ഇത്ര വേവലാതി. 'ഈമാൻ' വേണം. അള്ളാഹ് തീരുമാനിക്കട്ടേ."

"അത് ശരി, എങ്കി ഉപ്പായും വല്ലുമ്മിയും പൊയ്ക്കോ? ദുർഗ്ഗ പറഞ്ഞല്ലോ അവടെ അച്ഛൻ പറഞ്ഞതാ, പാകിസ്ഥാനിലേക്ക് വിടുന്നതു വരെ നമ്മളെയൊക്കെ വലിയ ജയിലുകളിൽ താമസിപ്പിക്കുമെന്ന്, കഴിക്കാനൊന്നും തരാതെ, കക്കൂസും കാണത്തില്ലെന്ന്. ബഹളം വെച്ചാല് ഹൈദരബാദിലെപ്പോലെ വെടിവെച്ചുകൊല്ലുമെന്ന്. പണ്ട് ജർമ്മനീല് ഒരാള് ഇങ്ങനെയൊക്കെ ചെയ്തിരുന്നെന്ന്. ശരിയാണോ?"

ഞാൻ ആ ചിത്രം കാണുകയായിരുന്നു.

"എന്തിനാ ഉപ്പാ അതിന് പാകിസ്ഥാനിത്തന്നെ വിടുന്നേ? മൂന്നാറിലേക്കാണെങ്കിൽ മാട്ടുപ്പെട്ടീ പോകാരുന്നു. നല്ലപശുക്കളെ കാണാരുന്നു. തേയിലത്തോട്ടത്തിൽ നിന്ന് സെൽഫി എടുക്കാരുന്നു. മഞ്ഞിൽ തണുത്തുവിറച്ച് നടക്കാരുന്നു.

ഇത് 'മലാല'യെ കൊല്ലാൻ നോക്കിയ പാകിസ്ഥാനിലേക്ക്. ഉപ്പാ, അവരല്ലേ ബേനസീർ ഭൂട്ടോയെ വെടിവെച്ചുകൊന്നേ. അവരുടെ അച്ഛൻ ഭൂട്ടോയെ തൂക്കിലേറ്റിയെ?"

"മോളെ, അതെ അവിടം അശാന്തമാണ്."

"ഉപ്പാ ഇവിടേയും നമ്മടെ ഗാന്ധിജിയേയും ഇന്ദിരാഗാന്ധിയേയും രാജീവ് ഗാന്ധിയേയും കൊന്നില്ലേ?"

"കൊന്നു. മതഭ്രാന്തന്മാർ, ദേശദ്രോഹികൾ."

"എന്നിട്ട്, ദുർഗ്ഗേടെ അച്ഛൻ പറഞ്ഞെന്ന് നമ്മുടേത് സൗഹൃദ വെടിവെപ്പാണെന്ന്."

"ശരിയാ, ലോകത്ത് ചില കൊലപാതകങ്ങൾ സൗഹൃദമാ."

"അതെങ്ങനെയറിയാം?"

"പിന്നീട് കൊലയാളി വാഴ്ത്തപ്പെടുന്നെങ്കിൽ കൊലപാതകം സൗഹൃദം."

"എനിക്കൊന്നും മനസ്സിലായില്ല."

"എനിക്കും പലതും മനസ്സിലായിട്ടില്ല, പിന്നല്ലേ കുഞ്ഞേ നിനക്ക്."

മഴകനക്കുകയാണ്, എത്ര നേരമായ്!

"ഉപ്പാ അത് ഒരിക്കൽ നമ്മുടെ രാജ്യമല്ലായിരുന്നോ?"

"ആയിരുന്നു. വഴക്കുണ്ടാക്കിപ്പോയി. പരസ്പരം കൊന്നുതള്ളിയാ അന്നത് ആഘോഷിച്ചേ."

"ഉപ്പാ, ദുർഗ്ഗയേയും അശ്വതിയേയും എന്താ അങ്ങോട്ട് വിടാത്തെ?"

"അത് മതമാണ്."

"അതെന്തുവാ മതം?"

"ആ" ഞാൻ കൈമലർത്തി. "മതം അതെനിക്കും നന്നായി മനസ്സിലായിട്ടില്ല കുഞ്ഞേ."

"ഉപ്പാ ദുർഗ്ഗേടെ ദൈവോം നമ്മടെ അള്ളായും ഒരാളാണെന്ന് ഇന്നാള് പറഞ്ഞാരുന്നല്ലോ."

"അതെ"

"പിന്നെന്തിനാ വഴക്കും വക്കാണവും. ഇവിടെ സന്തോഷമായി കഴിഞ്ഞാപ്പോരെ."

ജീവനും കൈയിൽ പിടിച്ച് ഗർഭിണികളും മുലയൂട്ടുന്ന അമ്മമാരും വിധവകളും വൃദ്ധരും എല്ലുന്തിയ കുഞ്ഞുമക്കളും ഒഴുകുകയാണ്, രാജ്യാതിർത്തികളിലെ കമ്പിവേലികൾ ഞൂന്ന് യാത്രചെയ്യുകയാ. മഴയും വെയിലും കാറ്റും മിന്നലും സഹിച്ച്. വിശന്ന് പൊരിഞ്ഞ്, അനന്തമായ യാത്ര.

ഒരു യാത്ര എന്റെ കണ്ണിലൂടെ കടന്നുപോയി.

"നാമൊക്കെ മരിക്കില്ലായിരിക്കും."

"അതെങ്ങനാ? ഉപ്പാടെ ഉപ്പ ഇന്നാളു മരിച്ചില്ലേ?"

"മോളേ ഈ പഹയന്മാർക്ക് അതറിയില്ലല്ലോ."

മഴയോടൊപ്പം അവളും ഒന്നു ശാന്തമായോ?

"ആ ഉപ്പാ പിന്നെ ഇന്ന് പി റ്റി – പീരീഡിൽ ഞങ്ങള് സ്റ്റുഡന്റ്സ് എല്ലാരും ഒത്തുകൂടി, നീലിമ ഒഴികെ."

"അതെന്താ?"

"അവളുടെ അച്ഛനങ്ങ് ഡൽഹിയിലാണുപോലും. എന്നെയും പാത്തൂനേം പാകിസ്ഥാനിലേക്ക് വിടുന്നില്ലായെന്ന് തീരുമാനിച്ചു. ഞങ്ങള് കുട്ടികള് പരസ്പരം കെട്ടിപ്പിടിച്ച് മലപോലെ നിന്നു. ഞാനും പാത്തും നടുക്ക്, ബാക്കി ഉള്ളോര് ചുറ്റും മതിലുപോലെ. വലിയ കരുത്താരുന്നു. വെടിവെച്ചാലും പോവില്ല, വിടില്ല. അങ്ങനെ പോകേണ്ടിവന്നാൽ അവസാനം പോകുന്നത് നിധിയും പാത്തൂവുമായിരിക്കുമെന്ന് ലക്ഷ്മി ഉച്ച

ത്തിൽ പറഞ്ഞു. എല്ലാരും കൈയടിച്ചു.

'സാരെ ജഹാംസെ അച്ഛാ
ഹിന്ദുസ്ഥാൻ ഹമാരാ...' ഞങ്ങള് മഹാനായ ഇഖ്ബാലിന്റെ കവിത ഉറക്കെ ചോല്ലിയുപ്പാ."

"പിന്നെന്താ സങ്കടം?"

"അതല്ല ഉപ്പാ, എന്നെ എന്റെ കൂട്ടുകാർ കാത്തോളും..."

"അതെങ്ങനാ നീലിമ മാറി നിന്നില്ലേ കൂടാതെ."

"അവള് വരും. ഇന്നുരാവിലേയും അവള് തിരക്കിയതാ നോമ്പ് കഴിഞ്ഞല്ലേ പെരുന്നാളെന്ന്. പക്ഷേ, ഉപ്പായെ, വല്ലുമ്മിയെ ആര് കാക്കും?"

ശരിയാ, കുഞ്ഞുങ്ങളുടെ വലിപ്പം വലിയവർക്കില്ലല്ലോ. എന്തായാലും ഒന്നുപോകണം, ഒരു ടൂർ. സ്വാദിൽ പോകണം. മലാലയെ വെടിവിച്ചിട്ട സ്കൂൾ ബസ് കാണണം. അവളെ ചികിത്സിച്ച റാവൽപിണ്ടിയിലെ ഹോസ്പിറ്റൽ കാണണം. ബേനസീർ വെടിയേറ്റു വീണ തെരുവ് കാണണം. ഖാൻ അബ്ദുൽ ഗാഫർ ഖാന്റെ ജന്മനാട്ടിൽ പോകണം. മഹാത്മജിയുടെ കാലടികൾ തിരയണം. ചോരയുണങ്ങാത്ത വീഥിയിൽ നിന്നുകൊണ്ട് ഉച്ചത്തിൽ അലമുറയിട്ട് ചോദിക്കണം. സമാധാനത്തിന്റെ മാർഗ്ഗം സ്വീകരിച്ചുകൂടെയെന്ന്, നുഴഞ്ഞുകയറ്റം അവസാനിപ്പിക്കണമെന്ന്, ഞങ്ങളെ ജീവിക്കാൻ അനുവദിക്കണമെന്ന്.

അവൾ മിഴിച്ചിരിക്കുകയാണ്.

"മോള് പോയ് ഫ്രഷ് ആക്. ഉപ്പ ഈ പുസ്തകം ഒന്ന് വായിച്ചു തീർക്കട്ടെ."

ജാതിക്കുമ്മിയിലേക്ക് മൗലാനാ മുഹമ്മദാലി ജൗഹർ ഇരച്ചു കയറിവന്നു.

'സ്വാതന്ത്ര്യം തരാതെ ഞാനെന്റെ രാജ്യത്തേക്കില്ല. ഒരടിമ രാജ്യത്ത് മരിക്കാൻ ഞാൻ ഇഷ്ടപ്പെടുന്നില്ല. അടിമ രാജ്യത്തേക്കാളും നല്ലത് സ്വതന്ത്രമായ ഈ വിദേശ രാജ്യമാണ്. എന്റെ നാടിന് മോചനം നല്കാൻ നിങ്ങൾ തയ്യാറായില്ലെങ്കിൽ ഈ രാജ്യത്ത് എനിക്ക് ആറടി മണ്ണ് തരൂ.' മൗലാനാ ലണ്ടനിലെ വട്ടമേശാ സമ്മേളനത്തിൽ നടത്തിയ ദേശസ്നേഹം നിറഞ്ഞ വാക്കുകൾ വായനാ മുറിയിൽ പ്രതിദ്ധ്വനിച്ചു.

പാലസ്തീനിലെ ബൈത്തുൽ മുഖദ്ദിസിലെ പുണ്യഭൂമിയിൽ ജൗഹർ ഉറങ്ങുകയാണ്, ജാമിയാ മില്ലിയാ സർവ്വകലാശാലയുടെ ശില്പി മൗലാനാ ജൗഹർ.

അതാ ഗാന്ധിജി, പണ്ഡിറ്റ് ജി, വല്ലഭായ് പട്ടേൽ, മൗലാനാ ഷൗക്കത്താലി, മോത്തിലാൽ, മൗലാനാ ആസാദ്, യൂസഫ് മെഹറലി, ടാഗോർ, ഇഖ്ബാൽ. അവർ ഭാരത് മാതാ കീ ജയ് വിളിക്കുന്നു.

ഇംഗ്ലീഷുകാർ ഇന്ത്യ വിടുക, 'ക്വിറ്റ് ഇന്ത്യ' യൂസഫ് മെഹറലി വിളിച്ചു പറഞ്ഞു.

യുദ്ധം, യുദ്ധം. അതിർത്തിയിലൂടെ മനുഷ്യർ പ്രാണരക്ഷാർത്ഥം

പലായനം ചെയ്യുന്നു. ചിന്നഭിന്നമാക്കപ്പെട്ട മനുഷ്യശരീരങ്ങൾ അപ്പുറത്തേക്കും ഇപ്പുറത്തേക്കും എത്തിച്ചുകൊണ്ടിരിക്കുന്ന തീവണ്ടികൾ, എത്രപേർ? ലക്ഷങ്ങൾ. നദികൾ ചുവക്കുന്നു. നവഖാലിയിൽ വടികുത്തി നടക്കുന്ന വൃദ്ധൻ. 'സമാധാനം.' 'സമാധാനം.' 'എന്റെ സ്വപ്നങ്ങൾ കരിഞ്ഞുപോയല്ലോ.' വൃദ്ധൻ വിലപിക്കുന്നു.

'ഹേ റാം, ഹേ റാം.' കൈകൂപ്പി ഒരു പ്രകാശ ഗോപുരം ചെരിയുന്നു. ശൂന്യം.

തല പെരുക്കുന്നത് പോലെ തോന്നി.

"ഇല്ല ഉപ്പാനെ വിട്ട് ഞാൻ പോവില്ല. എന്റെ പൂച്ചക്കുട്ടി, കളർ പെൻസിൽ..."

"എന്താ മോളെ" നിധി ഉറക്കത്തിൽ പിച്ചും പേയും പറയുന്നു, നന്നേ പനിക്കുന്നുണ്ട്.

"മോളെ"

"ഉം, ഉപ്പാ ഞാൻ പോകില്ല. നമുക്കെവിടേക്കും ടൂർ പോകണ്ട നമുക്ക് നമ്മുടെ നാട്ടിൽ കഴിഞ്ഞാ മതി."

"കുഞ്ഞേ ആരും നമ്മേ ഒരിടത്തേക്കും വിടില്ലാ. നീ പേടിക്കേണ്ട. ഇന്ത്യയിലെ മനുഷ്യർ പ്രത്യേകിച്ച് യുവാക്കൾ, കുട്ടികൾ അത് അംഗീകരിക്കില്ല. മോള് ഉറങ്ങ്. വല്ലുമ്മീ ഒരു 'ഫാത്തിഹ' ഓതി ഊതും പേടിയൊക്കെ പമ്പ കടക്കും."

നിർമാല്യ ദർശനത്തിനായി ഭക്തർ പോകുന്ന ശബ്ദം കേൾക്കാം. ബ്രാഹ്മമുഹൂർത്തമായി. "ദാ കേട്ടില്ലേ. ഭൂപാളം." പ്രകൃതി ഉണരുകയാണ്. "മോള് ലേശം കൂടി കിടന്നോ."

തുണി നനച്ച് നെറ്റിക്കിട്ടു.

"ഉമ്മി എന്നെ ഒന്ന് കെട്ടിപ്പിടിച്ചോളു."

വാഗാ അതിർത്തിയിലൂടെ സമയവും കാലവുമില്ലാതെ ഉയിരും വാരിപ്പിടിച്ച് മനുഷ്യർ പലായനം ചെയ്യുന്ന കാഴ്ചകണ്ടാണ് ഞെട്ടിയുണർന്നത്. ദൂരെ കുഞ്ഞുങ്ങൾക്കു നടുവിൽ സുരക്ഷിതയായി പൊട്ടുപോലെ നിധി. ഇല്ല തോന്നലാ, വെറും തോന്നല്. കോളിങ് ബെല്ലിലാരോ അമർത്തിയതുപോലെ. ഈ വെളുപ്പാൻ കാലത്ത്? വാതിൽ തുറന്നു. മുറ്റത്ത് നിറചിരിയോടു നില്ക്കുന്നു നീലിമയുടെ അമ്മ വസുന്ധര. നീലിമയുടെ മുഖം കരഞ്ഞുവീർത്തിരിക്കുന്നു. "നിധിയുടെ ഉപ്പാ, ഇവളിന്നലെ ഉറങ്ങിയിട്ടേയില്ല. അവൾക്ക് നിധിയെ കാണണമെന്ന്, ഉടനെ കാണണമെന്ന്. ഒരു വിധത്തിലാ നേരം വെളുപ്പിച്ചേ."

വസുന്ധര ഒന്നു തേങ്ങി.

"അകത്തുണ്ട്, ചെറിയ പനിയാ."

നീലിമ അകത്തേക്ക് ഓടി കയറിപ്പോയി.

കിഴക്ക് ആകാശം ചുവന്ന് തുടങ്ങിയിരിക്കുന്നു.

പള്ളി പൊളിച്ച രാത്രിയിൽ!

പഴയപള്ളി പൊളിച്ച രാത്രിയിൽ അയാൾ പറമ്പിലാകെ പരിമളം പരത്തിയ തുളസി വേരോടെ പിഴുതെറിഞ്ഞു.

മൈലാഞ്ചി നട്ടു.

മുല്ലയുടെ ജാതി പലതായതിനാൽ മണവും ഗുണവുമില്ലാത്ത ബോഗൻവില്ലകൾ വെച്ചുപിടിപ്പിച്ചു.

സെമിത്തേരിയിലെന്നപോലെ കിനാവുകൾ കനലായി.

കടലാസു പൂക്കൾ ചത്ത ചന്തം വിതറി.

ഒരു വെളുപ്പിന് ദൈവപ്പുര മുളച്ചതോടെ മനസ്സ് ഊഷരമായി. ഒട്ടകങ്ങളുടെ നീണ്ട കാലുകളോടൊപ്പം മുതുകുയർത്തി പ്രേതഭൂമിയിലൂടെന്നപോലെ നടന്നു.

നനവുവറ്റിയമണ്ണിലൊരുപുഴയുണ്ടാകുമെന്ന

പ്രതീക്ഷയോടെ.

പുഴ നിറയെ ഈശ്വരന്റെ കണ്ണീരായിരുന്നു.

പ്രമാണിയും കല്യാണിക്കുട്ടിയും

രാമൻ നായർ നാട്ടുപ്രമാണിയും ലക്ഷണമൊത്ത പിന്തിരിപ്പനും കുടവയറനുമാണ്. ഡെപ്യൂട്ടി തഹസിൽദാരായി അടുത്തൂൺ പറ്റി. പൊക്കിളിനു മുകളിൽ വെച്ചാണ് മുണ്ടുടുക്കുന്നത്. സ്വർണ്ണമാല വയറിനു മേലെ വിശ്രമിക്കും. നായര് സാധാരണയായി ഷർട്ടിടാറില്ല. ഇടയ്ക്കിടെ വലതുകൈവെള്ളയിൽ മാല ചുരുട്ടി ഭാരം തൂക്കി തൃപ്തിയടയും. പുറംയാത്രയിൽ പട്ടുജുബ്ബയേ ധരിക്കൂ. കുടുക്കിടില്ല. മാറിലെ മാല കണ്ട് ആളുകൾ കോരിത്തരിക്കട്ടെ. നന്നേ വെളുത്ത മേനിയാണ്. കമിഴ്ന്നുകിടക്കുന്ന ഇല എടുത്ത് തിരിച്ചിട്ടില്ലായെന്ന് ശരീരം കണ്ടാലറിയാം. കൈകൾ ഓഞ്ഞ് തൂങ്ങിയിരിക്കുന്നു. മുഖ്യമന്ത്രിയുടെ പതിവു വാർത്താസമ്മേളനം തുടങ്ങാറായപ്പോൾ നായർ എഴുന്നേറ്റു. ഭാര്യ കല്യാണിയമ്മ മുഖ്യനെ കാണാനായി സ്വീകരണ മുറിയിലെത്തി ചാരുകസേരയിലിരുന്നു. അത്ര സുഖിക്കാതെ നായര് തന്റെ വായനാമുറിയിലേക്കു നടന്നു. മൂന്നടി അളന്നു നടന്നപ്പോൾ ഒരുൾവിളിപോലെ തിരിച്ചുവന്ന് ചായ ഗ്ലാസെടുത്ത് തീൻ മേശമേൽ കൊണ്ടുവന്നുവെച്ചു. മുന്നോട്ടുനടന്ന നായര് സ്വിച്ചിട്ടപോലെ നിന്നു. പിന്നെ തിരിഞ്ഞ് മേശപ്പുറത്തുനിന്ന് ഗ്ലാസെടുത്ത് അടുക്കളയിലെ വാഷ്ബേസിനിൽ കൊണ്ടിട്ടു. കൈകഴുകി മുണ്ടിൽ തുടച്ച് കോവണി കയറി. നാലാമത്തെ പടിയിലെത്തിയപ്പോൾ അസ്വസ്ഥനായി നിന്നു. പുറകോട്ടു സ്റ്റെപ്പിറങ്ങി വാഷ്ബേസിന്റെ അടുത്തെത്തി ഗ്ലാസെടുത്ത് സോപ്പുവെള്ളത്തിൽ കഴുകി തട്ടിൽ ഭദ്രമായി കമിഴ്ത്തി വെച്ചു. ദീർഘമായി നിശ്വസിച്ചു. ലാന്റ് ഫോണിൽ ആരോ വിളിക്കുന്നു. തിരിയുമ്പോൾ കട്ടായി. നായര് മുണ്ടു മടക്കിക്കുത്തി തോളിൽ കിടന്ന തോർത്തെടുത്ത് ബാർബർ ഷാപ്പിലെന്നപോലെ മാറ് മറച്ച് വാഷ്ബേസിനിൽ കുന്നുകൂടി കിടക്കുന്ന പാത്രങ്ങളിലേക്കു നോക്കി. മുരിങ്ങക്കോലും

മുള്ളും ചോറും. പാത്രങ്ങൾ ഓരോന്നായി എടുത്ത് വെയിസ്റ്റ് വടിച്ച് ബക്കറ്റിലിട്ടു. ഡിഷ് വാഷ് ഒഴിച്ച് കഴുകി കണ്ണാടി പോലെയാക്കി. തട്ടിൽ നിരത്തി. നന്നേ കിതച്ചു. കൈകഴുകി. വായനാമുറിയിലെത്തി, മേശപ്പുറം നിറയെ പേപ്പറും പേനകളും നോവലും കഥയും കവിതകളുമാണ്.

ഒയ്യാരത്ത് ചന്തുമേനോന്റെ *ഇന്ദുലേഖ* പലയാവർത്തി വായിച്ചതാണ്. വീണ്ടും നിവർത്തി വെച്ചിരിക്കുകയാണ്. ചില ഭാഗങ്ങൾ ഇനിയും മനസ്സിരുത്തി വായിക്കണം. ജീവിതഗതി മാറിമറിഞ്ഞു വരികയാണ്. മദിരാശിക്ക് ഒരു കല്ക്കരി വണ്ടി കൂകിപ്പാഞ്ഞു പോകുന്നതായി നായർക്ക് തോന്നി. പണ്ട് മാധവൻ കയറിയ വണ്ടിയായിരിക്കുമോ? പക്ഷേ, പണ്ടേപ്പോലെ പുകയില്ല, ശബ്ദവുമില്ല. എന്നാൽ സ്പീഡ് കൂടുതലാണ്. നവലോകം ഇഴഞ്ഞല്ല പാഞ്ഞാണ് പോകുന്നതെന്ന് കുറിച്ചു. അപ്പോഴാണ് താഴെനിന്ന് കല്യാണിയമ്മയുടെ വിളി വന്നത്.

"യേ പിള്ളേരെടെ അച്ഛാ"

"എന്തോ" മനസ്സില്ലാമനസ്സോടെ വിളികേട്ടു.

"മഴ വരുന്നുണ്ട്"പടിഞ്ഞാറുവശത്ത് അയയില് കിടക്കുന്ന തുണികള് ഉണങ്ങിയെന്നാ തോന്നുന്നേ. നനഞ്ഞുപോകും. ഈ ഭവനത്തില് എന്റെ രണ്ടുകൈ മാത്രമല്ലേയുള്ളൂ. അതൊന്ന് പെറുക്കി അകത്ത് കൊണ്ടുവന്നിട്. കൈയൊടിഞ്ഞൊന്നും പോകില്ല."

പുസ്തകം മടക്കിവെച്ച് മുട്ടുമടക്കാൻ പാടുപെട്ട് താഴോട്ടിറങ്ങി. മുട്ടുവേദന കലശലാണ്. കുഴമ്പു വാങ്ങണമെങ്കിൽ മാധവൻ വൈദ്യരുടെ വൈദ്യശാലവരെ പോകണം. അതെങ്ങനയാ, വൈദ്യരും പേടിച്ച് വാമൂടി അകത്തിരിക്കയല്ലേ. നല്ല കിരുകിരുപ്പുണ്ട്. ഫ്ളൂയിഡ് വറ്റിപോയി. വൃദ്ധാസ്ഥികൾ കൂട്ടിയുരഞ്ഞ് തീ പാറുകയാണ്.

ആരോട് പറയാൻ?

നാല് അശ നിറയെ ഉണങ്ങിയ തുണികളാണ്. മുണ്ടുകൾ, ജുബ്ബകൾ, രണ്ടാം മുണ്ടുകൾ, 'ലത്'കൾ. കല്യാണിയമ്മയുടെ മുലക്കച്ചയുൾപ്പടെ ഒരു ചാക്ക്. ഇതിനും മാത്രം നൈറ്റികളും അടിപ്പാവാടയും എന്തിനാണ് എന്ന ചിന്തയിൽ അവയൊക്കെപ്പെറുക്കി നെഞ്ചോട് ചേർത്തു . അവ ദേഹത്തു മുട്ടിയപ്പോൾ ആകാശത്ത് മഴക്കാർ കൂടുന്നതും ഒന്നു രണ്ടു തുള്ളി പൊടിയുന്നതും രാമൻ നായരെ പുളകിതഗാത്രനാക്കി.

നന്നേ കിതയ്ക്കുന്നതു കേൾക്കാം.

"എന്തെങ്കിലുമൊക്കെ ജോലി ചെയ്യണം. ഇല്ലേ കിടന്നു പോകും. മോളൊരുത്തിയുള്ളത് ന്യൂസിലാന്റിലാ. അവിടെ മൈഗ്രേറ്റ് ചെയ്ത് കൂടിയിരിക്കയാ. കണ്ടില്ലേ കൈയും കാലുമൊക്കെ തൂങ്ങികിടക്കുന്നത്. അസ്ഥിയിൽ നിന്ന് മാംസം വിട്ടുപോയിരിക്കയാ. കൈയും കഴുകി വന്നിരുന്ന് വെട്ടി വിഴുങ്ങുന്നതല്ലാതെ എന്തേലും ഒരു കൈ സഹായം ചെയ്തു ശീലമുണ്ടോ? ഒന്നും ചെയ്യരുത്. 'പൂവള്ളിയിലെ പഞ്ചുമേനവനാണെന്നാ ഭാവം. സൂരിനമ്പൂരിയെ' കാത്തുനിന്നോ എന്റെ തലേവര." കല്യാണിക്കുട്ടി ധാരമുറിയാതെ പെയ്തു. കമാന്ന് ഉരിയാടാതെ അയാൾ

വീണ്ടും കോവണി കയറി. കല്യാണിയമ്മ ഇടിയായി മിന്നലായി കനക്കുകയാണ്.

"എന്ത് കുന്തവാ, വയസ്സാംകാലത്ത് വായിച്ചു കൂട്ടുന്നത്. കർക്കിടകത്തിപോലും പാരായണം ചെയ്യാത്തയാളാ. ഇന്ദുലേഖയുടെ സൗന്ദര്യം ആസ്വദിക്കുന്നു. അവള് പെണ്ണാണ്. എന്നെ പോലെ ഹതഭാഗ്യയല്ല. അവളെ മാധവൻ മദിരാശിക്കു കൊണ്ടുപോയി."

നിറവയറുമായി വെളുപ്പിനെഴുന്നേറ്റ് അടുക്കളേക്കേറി പ്രഭാത ഭക്ഷണമൊരുക്കി തനിക്കു തന്നത്, ഉണ്ണിയെ കുളിപ്പിച്ചൊരുക്കി പുസ്തക സഞ്ചി നിറച്ച് സ്കൂളിലേക്ക് പറഞ്ഞുവിട്ടത്, രണ്ടു ദോശ നിന്നുകൊണ്ട്. അകത്താക്കിയത്, ഉച്ചയൂണിനു പകരം രണ്ടെണ്ണം ചോറ്റുപാത്രത്തിൽ വെച്ചത്, നനഞ്ഞ മുടിയോടെ പള്ളിക്കൂടത്തിലേക്ക് ഓടിപ്പോകുന്നത്...

കല്യാണിക്കുട്ടി ടീച്ചർ ഒരു ദുഃഖപർവ്വമായി നായരുടെ മനസ്സിനെ അസ്വസ്ഥമാക്കി.

ശരിയാണ്, താനവളെ സഹായിച്ചിരുന്നില്ല. ശ്രദ്ധിച്ചിരുന്നില്ല. കല്യാണി ടീച്ചർ സർവ്വംസഹയായിരുന്നു. ടീച്ചറിൽനിന്ന് കല്യാണിയമ്മയിലേക്കുള്ള കയറ്റം അയാളെ വിസ്മയിപ്പിച്ചു.

"നിങ്ങളാ മുറ്റത്തൂന്ന് മുറത്തിൽ വെച്ചിരിക്കുന്ന എള്ളെടുത്ത് അകത്തേക്ക് വെക്ക്. കൈ ഒടിഞ്ഞുപോകില്ല. ഒന്നനങ്ങട്ടെ"

അയാൾ മുറ്റത്തെത്തി. മാനം പൊട്ടി ഒഴുകാൻ തുടങ്ങുകയാണ്. കാലാവസ്ഥക്കാര് മഴയും ഇടിയും പ്രവചിച്ചതുകൊണ്ട്, അടുത്ത കാലത്തൊന്നും ഒരുതുള്ളി മഴകിട്ടില്ല എന്ന ഉറപ്പിലായിരുന്നദ്ദേഹം.

നിരീക്ഷണ കേന്ദ്രത്തിലെ പഴയ ഡയറക്ടർ ജോൺ സാമുവൽ ജൂനിയർ പെൻഷനായി പകരം സാമുവൽ ജോൺ വന്നതിന്റെ മാറ്റം കാണാനുണ്ട്.

ജോൺ സാമുവൽ ജൂനിയറിനെ ബ്രിട്ടീഷ്പള്ളി പറഞ്ഞിട്ട് മഹാരാജാവ് തിരുമനസ്സ് നേരിട്ട് നിയമിച്ചതാണ്. പക്ഷേ, സാമുവൽ ജോൺ ഇംഗ്ലീഷിൽ പഠിച്ച് പരീക്ഷ എഴുതി റാങ്ക് നേടി കസേരയിൽ എത്തിയതാണ്. അതുകൊണ്ടായിരിക്കാം പ്രവചനത്തിന് ഒരു കൃത്യതയൊക്കെയുണ്ട്.

ഇടി കുടുങ്ങുന്നുണ്ട്. അയാൾ എള്ളുമായി അകത്തേക്ക് ഓടിക്കയറി. എള്ള് കുറച്ച് തൂകിപ്പോയി. അയാളോർത്തു. 'എള്ള് ഉണങ്ങുന്നത് എണ്ണയ്ക്ക്. ഈ പാറ്റാക്കാട്ടം എന്തിനാ ഉണങ്ങുന്നത്?' എള്ളിടിച്ച് വറുത്ത് ചക്കരയും കൂട്ടി ഉണ്ടയുണ്ടാക്കി ഭരണിയിൽ നിറച്ചുവെച്ചിട്ടുണ്ട്. സമയവും കാലവും തെറ്റാതെ കല്യാണിയമ്മ അത് സേവിക്കുന്നുണ്ട്. എണ്ണ തൊട്ടെടുക്കാമെന്ന പരുവത്തിലാണ്. താനോ എണ്ണവറ്റിയ തിരിപോലെയും. അയാൾക്ക് അരിശം വന്നു.

"കല്യാണിയമ്മേ, ഇനിയെന്തെങ്കിലും ചെയ്യണോ?"

"നിങ്ങൾ ആ വിളക്ക് തെളിച്ച് സന്ധ്യാനാമം ജപിക്കു. കാർന്നോന്മാരാ ഇതൊക്കെ ചെയ്യേണ്ടത്. ഇന്ദുലേഖ അവിടെയിരിക്കും, അവള് ആരുടെ

കൂടെയും ഇറങ്ങിപ്പോകുന്ന തരക്കാരിയില്ല. പരിഷ്കാരിയെങ്കിലും തറവാടിയാണ്, എന്നെപ്പോലെ."

"കല്യാണിയമ്മ എന്തു ചെയ്യാൻ പോകുന്നു?"

"വാർത്ത കഴിയുമ്പോ സീരിയൽ തുടങ്ങും. എനിക്കൊന്നു കരയണം ന്റെ ഉണ്ണിയെ ഓർത്ത്."

രാമൻ നായർ നിശ്ശബ്ദനായി. പിന്നെ തേങ്ങി.

ഒരു മൗനത്തിനുശേഷം കല്യാണിയമ്മ തുടർന്നു.

"വെടിനിർത്തിയോ എന്നറിയണം.

യു എൻ പിരിഞ്ഞുപോയോ എന്നറിയണം.

ഡൽഹിയിലെ ആശുപത്രിയില് ജീവവായു സുലഭമാണോ എന്നറിയണം.

ഈ ലോകത്ത് എന്ത് നടക്കുന്നെന്ന് സ്ത്രീയായ എനിക്കുമറിയണം."

അയാൾ കിണറിനു ചുവട്ടിലെത്തി. ബക്കറ്റിൽ വെള്ളം കോരി ദേഹശുദ്ധി വരുത്തി. നിലവിളക്കിൽ എണ്ണ പകർന്ന് തിരിയിട്ട് കത്തിച്ചു ആതിരിവെട്ടത്തിൽ രാമൻ നായർ തിളങ്ങി. ഉമ്മറത്തുവെച്ചു. ഇര തേടിയിറങ്ങിയ അമ്മക്കിളികൾ മഴകാരണം നേരത്തെ കാവിൽ മടങ്ങിയെത്തിയിരിക്കുന്നു. കുഞ്ഞുങ്ങൾ തുറന്നുപിടിച്ച വായുമായി കാത്തിരിക്കയായിരുന്നു.

വാ കീറിയ തമ്പുരാൻ അന്നവും പടച്ചിട്ടുണ്ടെന്ന് അയാളോർത്തു. നായർ നാമം ജപിച്ചു. അവിടമാകെ ഒരു പുതുചൈതന്യം നിറയുന്നതായിതോന്നി. കാറ്റിൽ കാവിലെ മരങ്ങൾ ഫലങ്ങൾ വർഷിച്ചു. നാമം ഉച്ചത്തിലായി.

"ഭഗവാനേ, സർവ്വലോകത്തേയും ചരാചരങ്ങളേയും രക്ഷിക്കണേ, മഹാമാരിയിൽ നിന്നും പെരുമഴക്കെടുതിയിൽനിന്നും എന്റെ നാടിനെ കാക്കണേ."

അയാൾ വായനാമുറിയിലേക്കുപോയി.

'ഇന്ദുലേഖ സൂരി നമ്പൂതിരിക്കായി പിയാനോ വായിക്കുകയാണ്. എന്താ ലാവണ്യം! മാധവൻ റെയിൽവേ സ്റ്റേഷനിൽനിന്ന് കിട്ടിയ വാർത്ത വിശ്വസിച്ച് മദിരാശിക്കു മടങ്ങിയിരിക്കുന്നു."

കഞ്ഞിയും പയറുതോരനും പപ്പടവും കടുമാങ്ങയും അച്ചാറും കൂട്ടി ഉപ്പുചേർക്കാത്ത കഞ്ഞി കോരിക്കുടിച്ചു. പ്രഷറുണ്ട്. രാത്രിയിൽ സൂചി ഗോതമ്പിന്റെ കഞ്ഞിയിൽനിന്നുമാത്രം ഉപ്പ് ഒഴിവാക്കി. ഉപ്പുസത്യഗ്രഹം നടത്തിയ മഹാത്മജി ഉപ്പ് ഉപയോഗിച്ചിരുന്നില്ലായെന്നത് അയാൾ ഒരോ തവി കഞ്ഞി അകത്താക്കുമ്പോഴും ഓർമ്മിച്ചു. എന്തൊരു കൗതുകമാണ്.

എം എൽ എ ക്വാർട്ടേഴ്സിലെ കാന്റീനിലെ കഞ്ഞിയും ഇത്തിരി പയറ് തോരനും ഒരു സ്പൂൺ അച്ചാറും ഒരു പപ്പടവും കഴിച്ച കാലം അയാളോർത്തു.

ടാഗോറിലും വി ജെ റ്റി ഹാളിലും നിശാഗന്ധിയിലും കലാപരിപാ

ടികൾ കാണാനായി ടിക്കറ്റില്ലാതെ കയറി മടങ്ങുമ്പോഴാണ് കഞ്ഞിക്കായി എം എൽ എ ക്വാർട്ടേഴ്സിലെ ക്യാന്റീനിൽ കയറുന്നത്.

അവിടെ ഇപ്പോഴും കഞ്ഞിയുണ്ടാകുമോ? എം എൽ എമാരിൽ കുറച്ചധികം പേർ അൻപതിനു താഴെയുള്ളവരാണ്. അവർ കഞ്ഞി കുടിക്കുമോ? അവർക്ക് പോറോട്ടയും ബീഫുമായിരിക്കും പഥ്യം.

എം എൽ എ മാരെ കാണാനും കാര്യം സാധിക്കാനും പണ്ടേ പോലെ അനന്തപുരിയിലേക്ക് മലബാറിൽനിന്നും കോട്ടയത്തുനിന്നും ആരും പോകുന്നില്ല. ലോഡ്ജുകളിൽ പഴയതുപോലെയുള്ള തിരക്കുമില്ല. അവരൊക്കെ സ്വന്തം വീടുകളിൽ ഉള്ളതുകൊണ്ട് കോഴിബിരിയാണിയും അപ്പവും മട്ടൻസ്റ്റൂവും ഉണ്ടാക്കിത്തിന്ന് കിടക്കുകയാണ്. മലബാറും ഇന്റർസിറ്റിയും നിറയുന്നില്ല. പിന്നെ ഏതു ഗതികെട്ടവനു വേണ്ടിയാണ് കഞ്ഞി തയ്യാറാക്കുന്നത്. ഈ കെട്ട കാലത്തും പെൻഷൻ തെറ്റാതെ കിട്ടുന്നതുകൊണ്ട് കല്യാണിയമ്മ തന്നെ ഇറക്കിവിടുന്നില്ല. ജനകീയ സർക്കാരിന് എത്ര നന്ദി പറഞ്ഞാലും മതിയാകില്ല.

നാട് മാറിയിരിക്കുന്നു. *ഇന്ദുലേഖ*യെ മാറോട് അടുക്കിപ്പിടിച്ച് നായര് കിടന്നു. രാത്രിയിൽ രണ്ടുതവണ മൂത്രമൊഴിക്കാനായി എഴുന്നേറ്റു. ഷുഗർ ആവശ്യത്തിലധികമായോ? അതെങ്ങനെയാ, കഴിഞ്ഞ അഞ്ചു വർഷമായി പൊതുവിതരണ കേന്ദ്രങ്ങളിൽ പഞ്ചസാര വില കൂടാതെ പിടിച്ചു നിർത്തിയിരിക്കയല്ലേ?

പുലരി പിറക്കുന്നതിനു മുൻപ് രാമൻ നായർ എഴുന്നേറ്റു. അയാൾ മുറ്റമടിച്ചു. പാത്രങ്ങൾ കഴുകി. ചായ തിളപ്പിച്ചു. ചൂടു ചായയുമായി കല്യാണിയമ്മയുടെ കട്ടിലിനരികെ എത്തി. കല്യാണി പോത്തുപോലെ ഉറങ്ങുകയാണ്. അയാൾ ആദരവോടെ വിളിച്ചു.

“ദേ, കല്യാണിയമ്മേ, ഒന്നെഴുന്നേക്ക്. പത്രം വന്നിട്ടുണ്ട്, *മനോരമയും മാതൃഭൂമിയും.* ടീപ്പോയിലിരിപ്പുണ്ട്.”

അയാളോർത്തു.

പണ്ട് കല്യാണി ടീച്ചറും ഇങ്ങനെയായിരുന്നു. ടീച്ചറായിരുന്നു അവസാനം കിടക്കുന്നതും ആദ്യം ഉണരുന്നതും. അമ്മയാണ് എന്റെ ഘടികാരം എന്ന് മകൾ ഒരു പ്രസംഗത്തിൽ പറഞ്ഞത് നായർ ഓർത്തെടുത്തു. അന്ന് കാർത്തിക നാലാം ക്ലാസിലായിരുന്നു.

കല്യാണിയമ്മ എഴുന്നേറ്റ് ബാത്ത്റൂമിൽ പോയി. മുഖം കഴുകി. കസേരയിൽ വന്നിരുന്നു. കാലെടുത്ത് ടീപ്പോയിയിൽ വെച്ചു. ലേശം മലർന്നുകിടന്ന് ചുടു ചായ മോന്തി.

രാമൻനായർ കണ്ണടയുമായി വന്നു. കല്യാണിയമ്മ പത്രപാരായണം തുടങ്ങി. കസേരയിൽ കിടക്കുന്നത് താൻ തന്നെയല്ലേ എന്ന് രാമൻ നായർ സന്ദേഹിച്ചു.

അയാൾ ധൃതിയിൽ ദോശ ചുട്ടു, ചമ്മന്തിയരച്ചു.

“കല്യാണിയമ്മേ, പ്രഭാത ഭക്ഷണം റെഡി. രാവിലത്തെ ആഹാരത്തിൽ വീട്ടുവീഴ്ച പാടില്ല. ചൂടോടെ കഴിക്കൂ. എനിക്ക് കുറച്ചു പണീണ്ട്.

കല്യാണിയമ്മ എഴുന്നേറ്റ് ഡൈനിങ് ടേബിളിലെത്തി. കസേര വലിച്ചിട്ട് ഇരുന്നു.

"ചൂടുവെള്ളമില്ലേ?"

"ദാ കൊണ്ടുവരുന്നേ" അകത്ത് ഒരു സ്ത്രീശബ്ദം. ഇതെന്ത് കൂത്ത്. ഇങ്ങേര് ഞാനറിയാതെ ഏതവളെയാ വിളിച്ചുകേറ്റിയത്. ഒറ്റ ഒരുത്തിയെ വിശ്വസിക്കാൻ പറ്റില്ല. പെഴച്ച കാലമാ. അവർ തല കുമ്പിട്ടിരുന്നു. വളയിട്ട കൈകൾ പ്രത്യക്ഷപ്പെട്ടു. ചൂടുവെള്ളം മേശപ്പുറത്തു വെച്ചു. മുഖംതിരിഞ്ഞ് ഭവ്യതയോടെ നില്ക്കുകയാണ്. കല്യാണിയമ്മയ്ക്ക് ദേഷ്യം സഹിക്കാതായി.

"നീ ഏതാ, നിന്റെ തിരുമുഖം ഞാനൊന്നു കാണട്ടെ. ഇവിടുത്തെ ആളത്ര ശരിയല്ല."

അവൾ ഉരിയാടിയില്ല. കല്യാണിയമ്മ ചാടി എഴുന്നേറ്റു, നൈറ്റിയണിഞ്ഞു നില്ക്കുന്ന വേലക്കാരിയെ പിടിച്ചു തിരിച്ചുനിർത്തി. രാമൻ നായര്!

കല്യാണിയമ്മയ്ക്ക് ചിരിയടക്കാനായില്ല.

"ഇനി ഇതിന്റെ ഒരു കുറവേണ്ടായിരുന്നുള്ളൂ."

"കല്യാണിയമ്മ എന്റെ മുണ്ടും ജുബ്ബയും ഇട്ടോ. എനിക്കിനി അതെന്തിനാ. യഥാകാലം കൈകഴുകി വന്നിരുന്നോളൂ. അടുക്കളപ്പണിയും പുറംപണിയും ഞാൻ ചെയ്തോളാം. കഴുകാനെന്തെങ്കിലുമുണ്ടേ ബക്കറ്റിലിട്ടോളൂ.

പിന്നെ, അരിയും സാമാനങ്ങളും തീർന്നിരിക്കുന്നു. മാർക്കറ്റിൽ പോയി വാങ്ങിവരണേ. അത് കിട്ടിയാലെ വെക്കാൻ പറ്റൂ. വിളമ്പാൻ പറ്റൂ. റേഷൻകാർഡ് എടുക്കാൻ മറക്കരുതേ. സഞ്ചിയും കുടയും എടുത്തോളണേ. മഴവരും. കല്യാണിയമ്മേടെ എ റ്റി എം കാർഡ് കൊണ്ടുപോകണേ."

കല്യാണിയമ്മ ദോശ കഴിച്ചെന്നു വരുത്തി. വല്ലാത്ത പുളിപ്പ്. അവർ പത്രപാരായണം തുടർന്നു.

'കോവിഡ് കാലത്ത് അടുക്കളയിൽ വീട്ടമ്മമാരെ പുരുഷന്മാർ സഹായിക്കണം. വീട്ടമ്മമാർക്ക് പെൻഷൻ പദ്ധതി.' മുഖ്യമന്ത്രി

സ്ത്രീകളുടെ നന്ദി പ്രകടനം പ്രവഹിക്കുന്നു...

കല്യാണിയമ്മ സ്കൂട്ടർ സ്റ്റാർട്ട് ചെയ്ത് മാർക്കറ്റിലേക്ക് പോയി സൈക്കിൾ ബെല്ലടി കേട്ട് അയാൾ കറിച്ചട്ടിയുമായി മുറ്റത്തേക്കോടി മീൻകാരൻ സുലൈമാൻ പറഞ്ഞു.

"കല്യാണിയമ്മേ, എന്താ മീൻ വേണ്ടത്. ചൂര, ചെമ്മീൻ, ആകോലി നെയ്മീൻ, ഒക്കെ കടലിലുണ്ട്.."

"ആകോലിയായിക്കോട്ടേ."

"പടച്ചതമ്പുരാനെ കടലിലുണ്ടന്നല്ലേ പറഞ്ഞത്. എന്റെ കൊട്ടേല് തൂത്തുക്കുടീന്ന് കൊണ്ടുവന്ന മൂന്നുനാൾ കഴിഞ്ഞ പെടയ്ക്കുന്ന മത്തിയേ ഉള്ളൂ."

രാമൻ നായർ മിണ്ടിയില്ല. സുലൈമാൻ മുഖമുയർത്തി നോക്കി. നൈറ്റിക്കുള്ളിൽ മീശവടിച്ച രാമൻനായര്!

അയാൾ ഗ്രാമവഴികളിലൂടെ വിളിച്ചുകൂവി. “മീനേ, പെടയ്ക്കുന്ന മീനേ”

രാമൻ നായർ മീൻ ചട്ടിയുടെ മുൻപിൽ കുന്തിച്ചിരുന്നു. മൊബൈൽ ശബ്ദിച്ചു. ഒരു കൈയിൽ കറിക്കത്തി, മറുകൈ കൊണ്ട് മൊബൈലെടുത്തു. വീഡിയോ കോളാണ്.

കാർത്തിക ആർ നായർ ന്യൂസിലാന്റിൽനിന്ന് മകളാണ്. അവൾക്ക് സങ്കടംവന്നു. രാമൻനായർ വിക്കി “അടുക്കളയിൽ നിന്റെ അമ്മയെ സഹായിക്കുകയാ.”

“അച്ഛാ, അതിന് എന്തിനാ ഈ വേഷം. അച്ഛാ വേഷമല്ല മാറേണ്ടത്. യു പ്ലീസ് ചെയിഞ്ച് യുവർ ആറ്റിറ്റ്യൂഡ്. മാനോഭാവമാണ് മാറേണ്ടത്.”

രാമൻ നായർ നിശ്ശബ്ദനായി. അയാളുടെ മനസ്സ് തേങ്ങി.

“ശരിയാണ്.”

കാർത്തികയ്ക്ക് കുടിക്കാനുള്ള ചൂടുവെള്ളവുമായി അലക്സി കടന്നുവരുന്നുണ്ടായിരുന്നു.

“അച്ഛാ ഞാനിന്ന് വർക്ക് അറ്റ് ഹോമാണ്. ഇന്ന് അലക്സിയാണ് കിച്ചൺ മാനേജ്ചെയ്യുന്നത്. പങ്കുവെയ്ക്കലാണ് നവലോകക്രമം. അലക്സിക്ക് യുഎസ് കമ്പനിയിൽ സീനിയർ മാർക്കറ്റിങ് മാനേജരായി പ്രൊമേഷനായച്ഛാ.”

രാമൻ നായർക്ക് വല്ലാത്ത കുറ്റബോധം തോന്നി. അയാൾ കിടപ്പുമുറിയിലേക്ക് ധൃതിയിൽ നടന്നു. നൈറ്റി മാറി ടീ ഷർട്ടിട്ട് മിടുക്കനായി അടുക്കളയിലേക്ക് കയറിപ്പോയി.

അത്തിമരച്ചുവട്ടിലെ അവതാരം

"**പു**ട്ടു റെഡിയായേ, വേണോങ്കി വന്ന് കഴിച്ചിട്ട്പോ മാഷേ, എനിക്ക് നൂറുകൂട്ടം പണീണ്ട്."

അടുക്കളയിൽ നിന്ന് സൈറാ വിളിച്ചുകൂവി.

"വരുന്നേ, ഒന്നടങ്ങ്" അയാൾ കിത്താബ് മടക്കിവെച്ച് ഒന്നാം നിലയിൽ നിന്ന് കോവണിയിറങ്ങി.

മേശപ്പുറത്ത് ആവിപറക്കുന്ന പുട്ടും മട്ടൻചാപ്സും ചൂടുവെള്ളവും മധുരമില്ലാത്ത കട്ടനും റെഡി. തേയില കണ്ണൻ ദേവൻ മലനിരകളിൽ നിന്ന് തമിഴത്തികൾ നുള്ളിയതാണ്. അത് മാഷിന്റെ ദൗർബല്യമാണ്.

"സൈറാ, ഈ പുട്ടിനെന്താ ഒരു നിറംമാറ്റം, ചെമ്പാ പുട്ടുപൊടിയാണോ?" മാഷ് അതൃപ്തി അറിയിച്ചു.

"ചെമ്പാവൊന്നുമല്ല മാഷേ, അത്തിക്കാ മിക്സിയിലിട്ട് അടിച്ച് കുഴമ്പുപരുവത്തിലാക്കി. പുട്ടുപൊടിയുമായി മിക്സ് ചെയ്തതാ. നല്ല ഔഷധഗുണമുള്ളതാ. മാഷിന്റെ പല സൂക്കേടിനും ഒന്നാന്തരമാ, വേണോങ്കി കഴിക്ക്." സൈറാ ഒരുകെട്ട് മുഷിഞ്ഞ തുണിയുമായി ഇറങ്ങിപ്പോയി.

മാഷിന് വേവലാതിയായി. *ഖുർ ആനി*ലും *ബൈബിളി*ലുമൊക്കെ അത്തിയെ പ്രകീർത്തിച്ച് ആയത്തുകളും വിശുദ്ധ വാകൃങ്ങളുമുണ്ട്. 'അത്തിയും ഒലിവും തന്നെയാണ് സത്യം' എന്ന് സത്യം ചെയ്തിട്ടുണ്ട്. അത്തി നല്ല തണൽമരമാണ്. ജന്മദേശം അശരണരാക്കപ്പെട്ട മനുഷ്യരുടെ, സമാധാനത്തിന്റെ ഭൂമിയെന്ന് പലരും പ്രഘോഷിച്ച പലസ്തീനാണ്. നിലാമഴ പോലത്തെ കുഞ്ഞുമക്കളുടെ ചോരയൊലിക്കുന്ന മുഖവും ദീനരോദനങ്ങളും ചെറുകല്ലുകൾ ആയുധമാക്കുന്ന പെൺകുരുന്നുകളും കൈചൂണ്ടി പ്രതിഷേധിക്കുന്ന വമ്പത്തികളായ പെൺകൊടിക

ളും പട്ടാളക്കാരുടെ കാലുകൾക്കിടയിൽ പിടയുന്ന വൃദ്ധരും അയാളുടെ കണ്ണിലൂടെ കരളുമുറിച്ചു കടന്നുപോയി.

ഗാസയിലെ ഭസ്മമാകുന്ന കൂറ്റൻ കെട്ടിടങ്ങളും മനുഷ്യരുടെ നിലയ്ക്കാത്ത നിലവിളിയും പലായനവും അയാളെ വികാരാധീനനാക്കി.

“യാ അള്ളാഹ്” മാഷ് ആകാശത്തേക്ക് കണ്ണുകളുയർത്തി.

“നീ ഇതൊന്നും കാണുന്നില്ലേ?”

ജോർദ്ദാൻ നദിയിലൂടെ ഗംഗയിലെന്നപോലെ മൃതശരീരങ്ങൾ ഒഴുകുന്നുണ്ടാകുമോ? ചാവുകടൽ രക്തക്കടലായിട്ടുണ്ടാകുമോ? പട്ടാളക്കാർ ഇളം മാംസം മദ്യത്തോടൊപ്പം പങ്കുവെയ്ക്കുന്നുണ്ടാകുമോ? അയാൾക്ക് സങ്കടം സഹിക്കാനാവാതായി.

പുട്ടിൽനിന്ന് ഒരു മണം പ്രസരിക്കുന്നുണ്ട്. അത്തിയുടെ ഗന്ധമാണ്. അത്തി ബഹുശാഖിയായ തണൽമരമാണ്. മൂന്നുനാലു കൊല്ലങ്ങൾക്കു മുൻപാണ് ആരോ കൊണ്ടുവന്ന അത്തി, സൈറ മുറ്റത്തു നട്ടു വെള്ളം കോരിയത്. ചില പെൺകുട്ടികളെപ്പോലെ കാലവും നേരവും അറിയാതെ അത്തി ആർത്തുവളർന്നു. പന്തലിച്ചു. ഉണങ്ങി വീഴുന്ന വലിയ ഇലകൾ പെറുക്കിക്കളയാം. ആദ്യം ചുവട്ടിലും പിന്നീട് തടിയിലും അത്തിക്കായുകൾ നിറഞ്ഞു.

കേശു വൈദ്യര് മകളുടെ കല്യാണം വിളിക്കാൻ വന്നപ്പോഴാണ് അത്തിയെക്കുറിച്ചു വിസ്തരിച്ചത്. ‘ഫൈക്കസ് റേസിമോസ്’ എന്നാണ് ശാസ്ത്രനാമം. മെറേസി കുടുംബത്തിൽപ്പെട്ട മരമാണ്.

വൈദ്യരാണ് പറഞ്ഞത് അത്തിക്കായ് പുട്ടുപൊടിക്കൊപ്പം ചേർത്ത് അത്തിപ്പുട്ടുണ്ടാക്കി മാഷിനു കൊടുക്കാൻ. വയസ്സുകാലത്ത് നവോന്മേഷത്തിന് നല്ലതാണെന്ന്. സൈറായ്ക്കും അതു കൊള്ളാമെന്നു തോന്നി. ഊണിനൊപ്പം കായ ഉപ്പേരി പോലെ അത്തിക്കാ ഉപ്പേരിയും ആകാമെന്ന്.

സൈറ കോളേജിൽ ചരിത്രമാണ് പഠിച്ചത്. ചരിത്രങ്ങൾ വ്യാജ നിർമ്മിതിയെന്നു തിരിച്ചറിഞ്ഞപ്പോൾ അവളത് ഉപേക്ഷിച്ചു. പിന്നെ ചാരിത്ര്യം കാത്ത് മാഷിന്റെ കൂടെ പെട്ടിയും കിടക്കയുമെടുത്ത് മാന്യമായി ഇറങ്ങിപ്പോരുകയായിരുന്നു. മാഷ് കണക്കനായിരുന്നു. മൂന്നും നാലും പലവട്ടം കൂട്ടി വീട്ടുചെലവിന്റെ കണക്കാക്കാതെ വിരലുകൾ തേഞ്ഞ പ്രൈമറി മാഷ്.

കോവിഡ്കാലമായതിനാൽ പുതിയ പുതിയ പരീക്ഷണങ്ങൾ നടത്തി അടുക്കള ഒരു പരീക്ഷണശാലയായി മാറ്റുന്ന ഉത്സാഹത്തിലായിരുന്നു സൈറ. ചൈനീസ്, ആഫ്രിക്കൻ വിഭവങ്ങളുണ്ടാക്കി മാഷിൽ പരീക്ഷിച്ചുവരുന്ന നവകാലം. അറേബ്യൻ ഇനങ്ങളിൽ സൈറയ്ക്ക് പണ്ടേപ്പോലെയുള്ള ആക്രാന്തി ഇല്ല. സൈറ ചൂടോടെ ഒരു കറിയും സാധാരണയായി മാഷിന് കൊടുക്കാറില്ല. കൊഴുപ്പ്, സമ്മർദ്ദം, പഞ്ചസാര എന്നൊക്കെ പറഞ്ഞ് നിരുത്സാഹപ്പെടുത്തും. മൂന്നുനാൾ ഫ്രിഡ്ജിലിരുന്ന് ബയോഗ്യാസിൽ ആചാരവിധിപ്രകാരം സംസ്കരിക്കാമെന്ന ഘട്ടമെത്തുമ്പോൾ മുകളിലേക്ക് വിളിക്കും.

"മാഷേ, പുട്ടിന് മട്ടൻചാപ്സ് എടുക്കട്ടെ, ബീഫ് ഒലത്തട്ടെ, നല്ലതാ മാഷിന് കുറച്ചുദിവസായി നല്ലക്ഷീണമാ, കഴിച്ചുനോക്ക് ക്ഷീണം മാറട്ടെ."

മാഷ് വിധിയോർത്ത് തലയിൽ കൈവെച്ച് പൊട്ടനെപ്പോലെ ചിരിക്കും. മാഷ് ചിരിച്ചാൽ ദേഷ്യംവന്നു എന്നുകരുതണം. പിന്നീട് എന്ത് കുന്തമായാലും കഴിക്കാമെന്നു തീരുമാനിക്കും. വയറിളകുന്നെങ്കിൽ ആകട്ടെ. ശോധന ശരിയാകുമല്ലോ. ശോധന നിന്നില്ലെങ്കിൽ കേശുവൈദ്യരുടെ ചില പ്രയോഗങ്ങളുണ്ടല്ലോ. വലിയ കടലിളക്കത്തെ പ്രതിരോധിക്കാനുള്ള ചില വിദ്യകൾ വൈദ്യർക്ക് അപ്പനപ്പൂപ്പന്മാർ വഴി കിട്ടിയതാണ്. കൂട്ടും ചേരുവയുമൊന്നും വൈദ്യര് പെമ്പ്രന്നോത്തിക്കുപോലും പറഞ്ഞു കൊടുത്തിട്ടില്ല. മാധവി ഒരു കരക്കമ്പിയും ഉച്ചഭാഷിണിയുമാണെന്ന് ആദ്യം കണ്ടുപിടിച്ചത് വൈദ്യരു തന്നെയാണ്.

തുടയിലെ കറുത്ത മറുകിനെക്കുറിച്ച് കടക്കാരൻ പ്രഭാകരൻ ചോദിച്ചപ്പോഴാണ് വൈദ്യർക്ക് കലശലായ നെഞ്ചുവേദനയുണ്ടായത്. പ്രഭാകരന്റെ ഭാര്യ പ്രഭ, മാധവിയുടെ പേൻനോക്കി കൊടുക്കുമ്പോൾ പിറുപിറുത്തതും അർത്ഥംവെച്ച് ചിരിച്ചതും വൈദ്യരുടെ കൈലിക്കിടയിലൂടെ കണ്ണുപായിച്ചതും അയാൾ ഓർമ്മിച്ചെടുത്തു.

അത്തി ഒരഴകായി മുറ്റം നിറഞ്ഞുനില്ക്കയാണ്. എപ്പോഴും സൈറ തൂത്തുംതുടച്ചും വൃത്തിയാക്കും. സന്ധ്യ കഴിഞ്ഞാൽ സൈറ അതുവഴി പോകില്ല.

ഇറച്ചിക്കറിയിൽ തൊട്ടപ്പോൾ മാഷിനെ ചില പേടികൾ വരിഞ്ഞു മുറുക്കി. അത്തി വിശുദ്ധമരമാണ്. അത്തിമരങ്ങളെ നശിപ്പിച്ചതുകൊണ്ടാണോ ഇസ്റായേലികൾ അബ്രഹാം സന്തതികളായ ക്രിസ്ത്യാനികളേയും മുസ്‌ലീങ്ങളേയും കൊന്നൊടുക്കുന്നത്? അത്തിപ്പുട്ടിനൊപ്പം മട്ടൻ കഴിച്ചാൽ അത് പാപമാകുമോ? ബീഫ് ചില കേന്ദ്രങ്ങൾ ഹറാമാക്കിയതുകൊണ്ട് രക്ഷപ്പെട്ടു. എന്തായാലും പവിത്രമായ പുട്ടിനൊപ്പം മാംസം വേണ്ട. മാഷിന്റെ വല്യുപ്പൂപ്പായും ഒരു തികഞ്ഞ സസ്യാഹാരിയായിരുന്നു. അദ്ദേഹം മരസ്നേഹിയും മണ്ണ് സംരക്ഷകനും അർദ്ധനഗ്നനായ കൃഷിക്കാരനുമായിരുന്നു. മാഷിന്റെ രക്തത്തിൽ അത്തരം പൗരാണിക പാരമ്പര്യത്തിന്റെ ചില കെടുതികൾ മായാതെ കിടപ്പുണ്ട്. അഞ്ചെട്ടു തലമുറകൾക്കു മുൻപ് മാർക്കം നടത്തി മുണ്ട് ഇടത്തോട്ട് തിരിച്ചുടുത്തെങ്കിലും പാരമ്പര്യം ഇപ്പോഴും വലതു തിരിഞ്ഞു കിടക്കുകയാണ്. മുണ്ടിനൊപ്പം കുറ് ഇടത്തോട്ടു തിരിയാതെ മാഷ് കാത്തുസൂക്ഷിക്കയാണ്. പക്ഷേ, മാഷിന്റെ സഹപാഠികളിൽ ചിലരൊക്കെ കൂട്ടമായി തീവ്രവലതായി പോയെന്നത് മാഷിനെ ആശങ്കയിലാഴ്ത്തി. ലോകം ഒരുഭാഗത്തേക്കുമാത്രം കറങ്ങി അതിന്റെ അച്ചുതണ്ടിൽനിന്ന് പെട്ടെന്ന് നിലം പൊത്തി തവിടുപൊടിയാകുമോ? എന്തായാലും ഭൂമിക്കും ഭൂമിക്കാർക്കും ഒരസന്തുലിതാവസ്ഥ ഉണ്ടായിട്ടുണ്ട്. ലോകം അവസാനിക്കാൻ ഇനി എത്ര നാളുണ്ടാകും. പുസ്തകങ്ങളിൽനിന്ന് വ്യ

കതത കിട്ടുന്നില്ല. ഒന്നുറപ്പാണ് ലോകം കറങ്ങിയ അത്രയും ഇനി കറങ്ങാൻ ഇടയില്ല.

മാഷ് പുരാവസ്തുവായ മട്ടൻചാപ്സ് നീക്കിവെച്ചു. ഗന്ധത്തെ ഫാൻ കറക്കി പമ്പകടത്തി. നേന്ത്രപ്പഴം എടുത്ത് സൈറ അറിയാതെ തൊലിയുരിച്ച് നഗ്നയാക്കി അത്തിപ്പുട്ടിലിട്ട് കുഴച്ചുരുളയാക്കി അകത്താക്കി. ജീരകം, ഇഞ്ചി, മഞ്ഞൾ ഇത്യാദി ചേർത്ത് തിളപ്പിച്ച കോവിഡ് പ്രതിരോധ വെള്ളം സേവിച്ച് എഴുന്നേറ്റു. ഷുഗറിനും പ്രഷറിനുമുള്ള ഗുളികകൾ പതിവു തെറ്റാതെ വിഴുങ്ങി.

മുറ്റത്ത് വെയിൽ വീണുകിടക്കുന്നു. അത്തിച്ചുവട്ടിൽ നിഴലും വെയിലും ചിത്രം വരച്ചുകളിക്കുന്നു. വീണുകിടക്കുന്ന ഉണങ്ങിയ വലിയ ഇലകൾ ആദരവോടെ പെറുക്കി വാഴച്ചുവട്ടിൽ സമർപ്പിച്ചു. അത്തി നിറഞ്ഞുകവിഞ്ഞു നില്ക്കയാണ്.

അത്തി സംരക്ഷിക്കപ്പെടണം. പാരമ്പര്യം കാക്കണം. പരമസാത്വികനാകണം. എന്താ പോംവഴി? മാഷ് അത്തിമരച്ചുവട്ടിൽ കുന്തിച്ചിരുന്നു . നടുവുവേദനിച്ചപ്പോൾ ചാരുകസേര കൊണ്ടുവന്ന് അതിൽ കിടന്ന് ഇലകൾക്കിടയിലൂടെ നീലാകാശത്തേക്ക് നോക്കി. സൂര്യൻ ഇതൊക്കെ കണ്ട് ആത്മഹർഷത്താൽ ഉറക്കെ ചിരിക്കുന്നുവോ? മാഷിന് ഒരു ഉൾവിളിയുണ്ടായി. സാന്ദ്രമായി അകത്തേക്ക് നീട്ടിവിളിച്ചു. "സൈറാ, ഭവതീ ഒന്നിവിടംവരെ വരുമോ?"

മീൻകത്തിയും പാതിമുറിച്ച മംഗലാപുരം മത്തിയുമായി സൈറാ ആയാസപ്പെട്ട് അത്തിച്ചുവട്ടിലെത്തി.

ഇതെന്ത് കൂത്ത്, മാഷ് അത്തിച്ചുവട്ടിൽ ചാരുകസേരയിൽ ഒരു ജ്ഞാനിയെപ്പോലെ കിടക്കുന്നു.

"നിങ്ങളെന്താ ഔലിയാ ആയോ?"

"അതെ, ഞാനിപ്പോൾ സൂഫിയാണ്. ഞാനും സ്രഷ്ടാവും മാത്രം. എന്റെ ജാതിയും മതവും പ്രകൃതിയാകുന്നു. സൂഫികളും സന്ന്യാസിമാരുമായുള്ള അന്തർദ്ധാര നിനക്കറിയില്ലല്ലോ, ചീരക്കോലെ!" സൈറാ കണ്ണുമിഴിച്ചു. ഇന്നലെവരെ പോത്തേ എന്നാണ് ദേഷ്യം വരുമ്പോൾ മാഷ് വിളിച്ചിരുന്നത്.

"ഇതെന്താ പുതിയവിളി. പോത്തേന്ന് വിളി മാഷേ, അതല്ലേ ഞാൻ" അവൾ കരഞ്ഞു.

"ഇല്ല, ഇന്നുമുതൽ ഞാൻ തികഞ്ഞ സസ്യഭുക്കാണ്. കഞ്ഞിയും പയറും, ഇത്തിരി പുട്ടും ഇത്തിരി കടലയും, ചോറും സമ്പാറും ചുക്കുവെള്ളവും കണ്ണൻദേവൻ തേയിലവെള്ളവും മാത്രം. എല്ലാ ആസക്തികളിൽനിന്നും മുക്തിനേടി വിരക്തിയിൽ അഭയം തേടുകയാണ്." മാഷ് ദീർഘമായി നിശ്വസിച്ചു.

"അത്തിയെ വേദനിപ്പിക്കരുത്, കിളികളെ ശല്യപ്പെടുത്തരുത്, ഇലകൾ മാന്യമായി സംസ്കരിക്കണം മനസ്സിലായോ ഭവതീ."

സൈറാ അലമുറയിട്ടു.

“എന്റെ റബ്ബേ, എന്റെ മാഷിനിതെന്തുപറ്റി. കാത്തോളണേ” അവൾ അടുക്കളയിലേക്ക് ഓടിപ്പോയി. അരി തിളച്ചുതൂവി അടുപ്പിലാകെ വീണിരിക്കുന്നു.

മാഷ് ദൈവനാമമുരുവിട്ട് മയങ്ങി. ഉച്ചയ്ക്ക് കഞ്ഞിയും പയറും കഴിച്ച് പശിയടക്കി. കാർന്നോര് ഉപയോഗിച്ച് ഉപേക്ഷിച്ച ചാക്കുകട്ടിലെടുത്ത് അത്തിച്ചുവട്ടിൽ കൊണ്ടുവന്നിട്ടു. പായും തലയണയും വേണ്ടന്ന് തീരുമാനിച്ചു. കിണറ്റിലെ വെള്ളം മൺകുടത്തിൽ നിറച്ച് കട്ടിലിനരികെ വെച്ചു. ഇന്ത്യൻ റെയിൽവേ പോലും ഉപേക്ഷിച്ച മൺചട്ടികൊണ്ട് കുടംമൂടി. ദാഹിക്കുന്തോറും ചട്ടിയിലേക്ക് തണ്ണീരുപകർന്ന് അമൃത്പോലെ കുടിച്ചു. കൈവിരൽ കൊണ്ട് ചുണ്ടുതുടച്ചു. ഒരു ദസ്ബി എടുത്ത് അടുത്തുവെച്ചു. അതുപോരെന്ന് തോന്നി. വിവിധ നിറത്തിലുള്ള കുറേ ജപമാലകൾ അത്തിമരത്തിന്റെ ചില്ലകളിൽ തൂക്കി. വിവിധ നിറങ്ങളിലുള്ള റിബ്ബണുകൾ അത്തിയുടെ ചില്ലകളിൽ വലിച്ചു കെട്ടി. മൺപാത്രത്തിൽ അരിയിട്ട് അത്തിമരത്തിനു ചുറ്റും നിരത്തി. അതിൽ ചന്ദനത്തിരികൾ കത്തിച്ചുവെച്ചു. അവിടമാകെ പുകപരന്നു. മാഷ് വല്ലാതെ ചുമച്ചു. ഭക്ഷണപാനീയങ്ങൾ നന്നേ കുറച്ചു. സ്തുതികൾ മാത്രം. മാഷ് ഔലിയ ആയെന്ന വാർത്ത കാട്ടുതീപോലെപടർന്നു. നാനാജാതിക്കാരും ജാതിയില്ലാത്തവരും അത്തിമരച്ചുവട്ടിലെ അവതാരത്തെതേടി വന്നു.

വന്നവർക്കൊക്കെ മൺകൂജയിലെ വെള്ളവും അത്തിക്കായും ഉണങ്ങിയ ഇലകൾ കത്തിച്ചെടുത്ത ചാരവും പൊതിഞ്ഞു നല്കി. കേശു വൈദ്യര് അരയിൽ തോർത്തുചുറ്റി അരികിൽനിന്നു. ചിലരുടെ അസുഖങ്ങൾ ഭേദമായി. സ്ത്രീകൾ സന്തോഷവതികളായി. ചിലർക്ക് പുതിയ സൂക്കേടുകളുമുണ്ടായി.

പ്രതിഫലമായി അയാൾ ഒന്നും വാങ്ങിയില്ല. എന്നെ കാണാൻ വരുന്നവർ മാംസാഹാരം വർജ്ജിക്കണം, ശുദ്ധമായിരിക്കണം, ആഡംബരം ഒഴിവാക്കണം, കൂടുതൽ വർത്തമാനം പറയരുത് എന്ന് കല്പിച്ചു.

‘സംസാരം സങ്കട കാരണം’ എന്നെഴുതി അത്തിക്കൊമ്പുകളിൽ നിറയെ തൂക്കിയിട്ടു.

അയാളുടെ വീടിനുചുറ്റും ആരാധകർ പലവിധ കൊടികളും തോരണങ്ങളും തൂക്കി. വിവിധ വചനങ്ങൾ എഴുതിവെച്ചു. ഒന്നിലധികം പരിപാലന കമ്മിറ്റികൾ രൂപീകരിച്ചു. മാഷ് ഞങ്ങളുടെ ആളെന്ന് ചിലർ, മഹത്തായ പാരമ്പര്യത്തിന്റെ സൂര്യോദയമെന്ന് മറ്റു ചിലർ. ആരാധകർ ചേരിതിരിഞ്ഞ് കവലകൾതോറും സംഭാവനപ്പാത്രങ്ങൾ വെച്ചു. വാർഷികാഘോഷത്തിലേക്ക് വലിയവർ വന്നു. മാഷ് ഇതൊന്നും ഗൗനിക്കാതെ ജപമാലയിൽ വിരലുകളോടിച്ചുകൊണ്ടിരുന്നു. വേനലിൽ അത്തിയുടെ ഇലകൾ കൊഴിയുകയും പിന്നീട് തളിർക്കുകയും ചെയ്തു. കിളികൾ വന്നും പോയുമിരുന്നു.

മഹാപ്രളയം പറയാതെവന്നു. മഴവെള്ളം മുറ്റമാകെ ഉയർന്നു. ദിവസങ്ങളോളം അത്തിച്ചുവട്ടിൽ വെള്ളം കെട്ടിനിന്നു. വേരു ചീഞ്ഞു. ഇല

കൾ പഴുത്തു. ചീറിയടിച്ച കാറ്റിൽ അത്തി ചുവടോടെ മറിഞ്ഞു. കിളികൾ പറന്നുപോയി. മാഷ് അതിനുതാഴെ ഉണരാതെ കിടന്നു. ആരാധകർ അവർക്കിഷ്ടപ്പെട്ട നിറമുള്ള ജപമാലകളുമായി നാടിന്റെ നാനാഭാഗത്തേക്കും പാഞ്ഞു. അവർ പോത്തിനെയറുത്തും പോത്തുമായി പോയവരെയറുത്തും ആഘോഷങ്ങൾ സംഘടിപ്പിച്ചു. സൈറ മാത്രം 'പോത്തേ' എന്ന വിളിക്കായി കാതോർത്തു.

ഓസ്കർ

അലങ്കാര മത്സ്യങ്ങളെ വളർത്തുകയെന്നത് ആനന്ദിയുടെ മോഹ മാണ്. കോവിഡ് കാലത്ത് ആ മോഹം നന്നേ വർദ്ധിച്ചിരിക്കുന്നു.

കൂട്ടുകാരി സിന്ധുപീറ്റർ പൂന്തോട്ട നിർമ്മിതിയിലാണ്. നാട്ടിലെ നഴ്സറികളിൽ കയറിയിറങ്ങി കിട്ടാവുന്നത്രയും റെഡ് ഫാമുകളും പൂച്ചെടികളും പലനിറത്തിലുള്ള കണ്ണാടിച്ചെടികളും റോസും മുല്ലയും ശേഖരിച്ച് മുറ്റത്തും പോരാത്തത് ടെറസിലുമായി നിരത്തി. പൂന്തോട്ടം കമനീയമായി ഒരുക്കിയതിന്റെ പൊങ്ങച്ചം ഫോൺ വിളിച്ച് പറഞ്ഞത് ഒരുമണിക്കൂർകൊണ്ടാണ്. പൂന്തോട്ടത്തിലെ ചാരു ബെഞ്ചിൽ തുടമേൽ തുട കയറ്റിവച്ച് ഒരിരിപ്പുണ്ട്. വീഡിയോകോൾ ചെയ്യുമ്പോൾ മുല്ലപ്പൂക്കൾ അവളുടെ പൊക്കിളിനെ ഉമ്മ വയ്ക്കുന്നത് കാണാമായിരുന്നു. ഇളം കാറ്റിൽ ഇലകൾ എന്തോ പറഞ്ഞ് കിണുങ്ങുന്നുണ്ട്. ആനന്ദിക്ക് നാണം വന്നു.

അലങ്കാര മത്സ്യങ്ങളെക്കുറിച്ച് ആനന്ദി ചിലതൊക്കെ വായി ച്ചിട്ടുണ്ട്. അരോണ, എയ്ഞ്ചൽ, ഗൗരാമി, മോളി, ഫൈറ്റർ, ഗോൾഡൻ, ടൈഗർ, ഓസ്കർ... എത്രയിനം ചാരുതയാർന്ന മത്സ്യങ്ങളാണ്.

സാമാന്യം വലിപ്പമുള്ള ഒരു ഫിഷ് ടാങ്ക് വാങ്ങി. സ്വീകരണ മുറിയിൽ ടി വിക്ക് സമീപത്തായി ഒരു സ്റ്റാന്റിൽ വെച്ചു. പല വിധ വർണ്ണങ്ങളിലുള്ള കല്ലുകൾ നിരത്തി. ശുദ്ധജലം കൊണ്ട് ടാങ്കിന്റെ മുക്കാൽഭാഗം നിറച്ചു. വായുവും വെളിച്ചവും ക്രമീകരിച്ചു. നാല് റെഡ് ക്യാപ്, മൂന്നു ഗോൾഡൻ ഫിഷ്, അഞ്ച് ഗപ്പി, ഒരു ഓസ്കർ എന്നിവ ടാങ്കിൽ നിക്ഷേപിച്ചു. പതിമൂന്ന് മത്സ്യക്കുഞ്ഞുങ്ങൾ. പതിമൂന്ന് നല്ല

നമ്പരല്ല. ഓ, ടാങ്കിൽ മീനുകളെ ഒരു കൗതുകത്തിന് വളർത്തുന്നതിൽ പതിമൂന്നിനെന്തു കാര്യം? ആകാശത്ത് നക്ഷത്രങ്ങളെപ്പോലെ വെള്ളത്തിലൂടെ തലങ്ങും വിലങ്ങും വർണ്ണ മത്സ്യങ്ങൾ പായുന്നതു കാണാൻ നല്ല ചന്തമാണ്. ജലത്തിൽ ചായം കോരി ഒഴിച്ചതുപോലെ.

വെള്ളം മാറ്റണം, ഫുഡ് കൊടുക്കണം, ചാടിപ്പോകാതെ നോക്കണം, വലിയ ഉത്തരവാദിത്വമാണ്. ലോകത്താകമാനം നടക്കുന്ന മനുഷ്യാവകാശ ധ്വംസനങ്ങളെക്കുറിച്ചുള്ള ഒരു പേപ്പർ അടുത്ത മീറ്റിങ്ങിൽ ഓൺലൈനിൽ അവതരിപ്പിക്കേണ്ടതാണ്. അതിന്റെ ടെൻഷനുമുണ്ട്.

ബ്ലസി കണ്ണുംനട്ട് ടാങ്കിന്റെ സമീപത്തേക്ക് സ്റ്റൂൾ വലിച്ചിട്ട് അതിൽ ക്കയറി ഇരിക്കുകയാണ്. കാവലിരിക്കയാണെന്നേ തോന്നൂ. മറ്റാരെയും ആ വഴി പോകാൻ അനുവദിക്കില്ല. ലോകം കാക്കേണ്ടത് തന്റെ മാത്രം കടമയാണെന്ന ഭാവത്തിലാണ് ബ്ലസി. നല്ല ഭംഗിയാണവളുടെ കണ്ണുകൾക്ക്. ടാങ്കിലെ വെളിച്ചവും അവളുടെ കണ്ണുകളുടെ തിളക്കവും പരസ്പരപൂരകമായി കഥ പറയുകയാണോ? ബ്ലസി വിദേശയിനം പൂച്ചയാണ്. ഇരുപതിനായിരം രൂപ കൊടുത്ത് വാങ്ങിയതാണ്. ഒരു കോൺഫറൻസ് അറ്റന്റുചെയ്യാൻ ദില്ലിയിൽ പോയപ്പോൾ കൊമ്പത്തുപിടിപാടുള്ള സുഹൃത്ത് മരിയ കൈമാറിയതാണ്.

ബ്ലസി ബെഡ്ഡിൽനിന്ന് മാറില്ല. മുട്ടിയുരുമ്മി ഇക്കിളിപ്പെടുത്തും. ചിലപ്പോൾ ചില അധികാരങ്ങളൊക്കെ കാണിക്കും. വീട്ടിലെ ഗവർണർ ആണെന്നാ ഭാവം. എഴുത്തും വായനയും പഠിച്ചിരുന്നെങ്കിൽ എല്ലാ ഫയലുകളും നിർദ്ദാക്ഷിണ്യം റിജക്റ്റ് ചെയ്ത് മടക്കിയേനെ! എന്തുചെയ്യാം, കാശു കൊടുത്തുവാങ്ങിയതല്ലേ. അനുഭവിക്കുക തന്നെ.

ഒന്നര രൂപ മുതൽ മൂവായിരം രൂപാവരെ വിലയുള്ള ചിലയിനം മത്സ്യക്കുഞ്ഞുങ്ങളെ ആനന്ദി കണ്ടുവെച്ചിട്ടുണ്ട്. നാലഞ്ച് ടാങ്കുകളിലായി വളർത്തണം. ആദായത്തിനല്ല, അന്തസ്സിന്, ആനന്ദത്തിന്. എത്ര സുന്ദരമാണീ മീനുകളുടെ പ്രപഞ്ചം! ദൈവം തമ്പുരാന്റെ മായാലീലകൾ കാണണമെങ്കിൽ ആഴിയുടെ അഗാധതകളിലേക്ക് ഊളിയിടണം. അവിശ്വസനീയവും ദുരൂഹവുമാണ് കടലാഴങ്ങൾ. അതിന്റെ ഒരു ചെറിയ പതിപ്പ് ടാങ്കുകളിൽ ആവിഷ്കരിക്കണം.

പർവീൺ നാലാം ക്ലാസിലാണ് പഠിക്കുന്നത്. അമ്മ ഗവേഷകയാണെങ്കിലും മികവുനോക്കി ഇന്റർനാഷണൽ സ്കൂളിൽനിന്ന് സർക്കാർ പള്ളിക്കൂടത്തിലേക്ക് കഴിഞ്ഞ വർഷമാണ് വിടുതൽ സർട്ടിഫിക്കറ്റ് വാങ്ങിയത്. ഫീസ് വേണ്ട, യൂണിഫോമും പുസ്തകങ്ങളും സൗജന്യം. ഉച്ചഭക്ഷണം കൊടുത്തുവിടേണ്ട. രാവിലെ ഒരുക്കി നിർത്തിയാൽ മതി, ഡ്രൈവർ നന്ദനും ആയ കിനാവള്ളിയും വീട്ടുമുറ്റത്തെത്തി മോളെ വിളിച്ചുകൊണ്ടുപോകും. സർക്കാർ സ്കൂളായതിനാൽ നാട്ടിലെ പാവപ്പെട്ട

വരുടെ മക്കളുമായി പർവീൺ ചങ്ങാത്തത്തിലാണ്. പുസ്തകങ്ങളും കളർ പെൻസിലുമൊക്കെ പരസ്പരം കൈമാറും. അവരുടെ സ്നാക്സ് ബോക്സിൽനിന്ന് അവലൂസുണ്ട എടുത്തുകഴിക്കും. നാടൻപലഹാരങ്ങളോട് പർവീണിന് ഇപ്പോൾ വലിയ കൊതിയാണ്.

"ഈ അമ്മയെ എന്തിനുകൊള്ളാം. ധനുശ്രീയുടെ അമ്മ ഉണ്ടാക്കുന്ന പലഹാരങ്ങൾക്ക് എന്താ രുചി! തിന്നു നോക്കണം."

അമ്മുമ്മക്കഥകൾ പറഞ്ഞ് സ്കൂൾ മുറ്റത്തെ നെല്ലിമരച്ചുവട്ടിലും കിളിമരത്തണലിലും ഒത്തുചേരുന്നതിൽ അവൾക്ക് വലിയ താല്പര്യമാണ്.

കോവിഡ് വന്നതോടെ എല്ലാം അടഞ്ഞു. മിണ്ടാട്ടം മുട്ടി. ഓൺലൈൻ ക്ലാസിൽ കുറച്ചുനേരമിരിക്കുമ്പോൾ അവൾക്ക് ബോറടിക്കും. ബാലകഥകൾ വായിച്ചു മടുത്തു. എല്ലാ കഥകളും കുട്ടികൾക്ക് ഒന്നുമറിയില്ലാ എന്ന രീതിയിലാണ് എഴുതി വെച്ചിരിക്കുന്നത്. മൊബൈൽ നോക്കാൻ ആനന്ദി അനുവദിക്കില്ല. മൊബൈൽനോക്കി നോക്കി കണ്ണുകളുടെ ചൈതന്യം പോയെന്ന് ആനന്ദി ഉൽക്കണ്ഠപ്പെട്ടു.

"എന്തായാലും ഫിഷിനെ വളർത്താൻ തീരുമാനിച്ചത് നന്നായി" പർവീൺ സന്തോഷം പങ്കുവെച്ചു. പോഷക സമൃദ്ധമായ തീറ്റ രാവിലെ മീനുകൾക്ക് നല്കുക, വെള്ളം മാറ്റുക തുടങ്ങി മീനുകളുടെ ക്ഷേമകാര്യപ്രവർത്തനങ്ങൾ അവൾ ഏറ്റെടുത്തു. പാതിരാത്രിവരെ ബ്ലസിയും പർവീണും മീനുകളെ നോക്കിയിരിക്കും. അവയുടെ ചലനങ്ങളും വെട്ടിച്ചുവെട്ടിച്ചുള്ള ഓട്ടവും തലകുത്തിമറിയുന്നതും ഒളിച്ചോടിപ്പിടുത്തവും കണ്ട് പർവീൺ തുള്ളിച്ചാടും.

പഠിക്കാനായി *വർണ്ണമത്സ്യങ്ങൾ* എന്ന പുസ്തകം ഓൺലൈനിൽ വാങ്ങി ആനന്ദി, പർവീണിന് നല്കി. 'പ്രസവിക്കുന്ന ഇനങ്ങളിലെ ആൺ മത്സ്യം ചെറുതും വർണ്ണഭംഗിയുള്ളതുമാണ്. പെണ്ണിന് ആകാര ഭംഗിയില്ല. താരതമ്യേനെ വലിപ്പം കൂടുതലാണ്.'

"അമ്മേ, മനുഷ്യരിൽ പെണ്ണിനല്ലേ ഭംഗി കൂടുതൽ. പാർവ്വതിയെ കാണാനല്ലേ പൃഥിരാജിനേക്കാൾ നല്ലത്."

"ഉം" ആനന്ദി മൂളി.

"പക്ഷേ, മീനുകളുടെ കാര്യത്തില് ആൺകുട്ടികൾക്കാണ് ഭംഗീന്ന്. അതെന്താ?"

"ഇതെല്ലാം ദൈവത്തിന്റെ കളികളാ. ഒരാളുടെ സൗന്ദര്യം അച്ചടക്കം, അറിവ്, കരുത്ത്, കാഴ്ചപ്പാട് ഒക്കെച്ചേരുന്നതാ. മോള് അച്ചടക്കമുള്ള കുട്ടിയാകുക, മിടുക്കിയായി പഠിക്കുക, ശാരീരികവും മാനസികവുമായ കരുത്ത് നേടുക, ലോകവീക്ഷണമുള്ളവളാകുക. അപ്പോൾ എന്റെ പർവീൺ ലോക സുന്ദരിയാണെന്ന് അമ്മ പറയും." ആനന്ദി മിഴികൾ

ആകാശത്തേക്ക് ഉയർത്തി. പർവീണിന് പ്രത്യേകിച്ച് ഒന്നും മനസ്സിലായില്ലെങ്കിലും അതിലെന്തോ കാര്യമുണ്ടെന്നു കരുതി നിശ്ശബ്ദയായി.

'ബ്രീഡിങ് ടാങ്കിലേക്ക് തണുത്ത വെള്ളം ചാറ്റൽ മഴ പോലെ പതിപ്പിക്കുക,'

അതു വായിച്ചപ്പോൾ പർവീണിന് ഒരു തണുപ്പ് അരിച്ചിറങ്ങുന്നതായി തോന്നി. ചിറകുവിരിച്ച മയിലിനെ പോലെയുള്ള പടയാളി മത്സ്യത്തിന്റെ പടം നോക്കി ഏറെനേരം പർവീൺ ഇരുന്നു.

ആനന്ദി ചിന്തിച്ചു. കോവിഡ് കാലത്ത് ആദായത്തിനും ആനന്ദത്തിനുമായി ആളുകളെന്തൊക്കെ ചെയ്യുന്നു. നായ വളർത്തൽ, പൂന്തോട്ട നിർമ്മാണം, മീൻ കൃഷി, ലവ് ബേഡ്സിനെ വളർത്തൽ. മനുഷ്യന് നല്ല കാലമല്ലെങ്കിലും മറ്റുജീവജാലങ്ങൾക്ക് വസന്തകാലമാണ് ഈ രോഗ കാലം.

പതിവുപോലെ ബ്ലസിയും പർവീണും പാതിരാത്രിവരെ ഫിഷ് ടാങ്കിലേക്ക് നോക്കിയിരിക്കയായിരുന്നു. "അയ്യോ അമ്മേ" പർവീൺ നില വിളിച്ചു. സ്വർണ്ണമത്സ്യങ്ങളിൽ ഒന്ന് തലകുത്തി താഴോട്ടുപോകുന്നു. തലയിൽനിന്ന് രക്തം പൊടിയുന്നുണ്ട്. ഓസ്കർ അവളെ കൈയേറ്റം ചെയ്യുകയാണ്. പാവം ഒഴിഞ്ഞുമാറാൻ ശ്രമിക്കുന്നുണ്ട്. പക്ഷേ, പിന്നാലെചെന്ന് ആ അബലയായ സുന്ദരിയെ വീണ്ടും വീണ്ടും ആക്രമിക്കുന്നു. ബ്ലസി ആ കാഴ്ച കണ്ട് ആസ്വദിക്കുന്നു. പർവീൺ ടാങ്കിന്റെ പുറത്ത് സ്വർണ്ണമത്സ്യമെന്നു കരുതി തലോടി.

ആനന്ദി വിളിച്ചുപറഞ്ഞു.

"ഓസ്കർ അമേരിക്കൻ വംശജയാണ്. ചിലയിനങ്ങൾ അക്രമകാരികളാണ്. നായയെപ്പോലെ ഇണങ്ങി നില്ക്കും. വാട്ടർ ഡോഗ് എന്ന് വിളിപ്പേരുണ്ട്. വേഗത്തിൽ നിറംമാറുന്ന സ്വഭാവമുണ്ട്. അവരിൽ വിശുദ്ധരുമുണ്ട്."

പർവീണിന് ഉറക്കം വന്നില്ല. അവൾ പിച്ചുംപേയും പറഞ്ഞു. "അമ്മേ ആ ചീത്തമത്സ്യം നമ്മുടെ സ്വർണ്ണമത്സ്യത്തെ ഒത്തിരി ഉപദ്രവിച്ചു. സ്വർണ്ണമത്സ്യം പാവമാണമ്മേ."

അതിരാവിലെ അവൾ ടാങ്കിന്റെടുത്തേക്ക് ഓടി. അവൾക്ക് ആ കാഴ്ച കണ്ടുനില്ക്കാനായില്ല. വർണ്ണക്കല്ലുകൾക്കുമീതെ സ്വർണ്ണമത്സ്യം ചത്തുകിടക്കുന്നു. ബാക്കി സ്വർണ്ണമത്സ്യങ്ങൾ അവൾക്ക് ചുറ്റുംനിന്ന് കണ്ണീർ പൊഴിക്കുന്നു. റെഡ് ക്യാപും ഗപ്പിയും ഇതൊന്നും ശ്രദ്ധിക്കാതെ ചലിച്ചു കൊണ്ടിരിക്കുന്നു. ദുഷ്ടൻ ഓസ്കർ ഒരു മൂലയിൽ വീരശൂരപരാക്രമിയെപ്പോലെ നെഞ്ചുവിരിച്ച് നില്ക്കുന്നു. നെറ്റ് ഉപയോഗിച്ച് ആ രക്തസാക്ഷിയെ പർവീൺ പുറത്തെടുത്തു. വാഴച്ചുവട്ടിൽ ചെറിയ കുഴിയെടുത്ത്, കുഴിയിൽ പച്ചില നിരത്തി അതിനുമുക

ളിൽ എല്ലാ ആദരവുകളോടും മത്സ്യത്തിന്റെ ശരീരത്തെ കിടത്തി. ഇലകൾ വെച്ച് മൂടി. അതിനു വേദനിക്കാതെ മണ്ണ് വാരിയിട്ട് അടക്കം ചെയ്തു. പർവീണിന്റെ നയനങ്ങൾ നദിയായി.

ബ്ലസി ഇതിനൊക്കെ മൂകസാക്ഷിയായി അടുത്തുള്ള ചീരച്ചുവട്ടിൽ അലസത നടിച്ച് കിടന്നു.

പച്ചീർക്കിൽ കൊണ്ട് പർവീൺ ഓസ്കറിനെ മെല്ലെ തല്ലി. പിന്നെ ഈർക്കിൽ കുത്തിയൊടിച്ചു കളഞ്ഞു. ടാങ്കിലെ വെള്ളം മാറ്റി പുതു വെള്ളം നിറച്ചു, ചാറ്റൽമഴപോലെ. തീറ്റ ഇട്ടുകൊടുത്തു. അന്നവൾ പ്രഭാത ഭക്ഷണം ഉപേക്ഷിച്ചു. ആനന്ദി അവളെ ആശ്വസിപ്പിച്ചു. "മോളെ, മരണം സാധാരണമാണ്."

"ഇത് മരണമല്ല. കൊന്നതാണ്. ഒരു പാവം സുന്ദരിക്കുട്ടിയെ അവൻ കുത്തിക്കൊന്നിരിക്കുന്നു." പർവീൺ കരഞ്ഞു.

പിറ്റേ ദിവസം രാവിലെ സ്വർണ്ണമത്സ്യത്തെ അടക്കിയ വാഴച്ചുവട്ടിൽ പർവീൺ എത്തി. കുഴിമാടം തുറന്നിട്ടിരിക്കുന്നു. ഇലകൾ ചിതറിക്കിടന്നു. "ആരാണീ അക്രമം ചെയ്തത്" പർവീൺ ഏങ്ങലടിച്ചു. അതാ ചീരച്ചുവട്ടിലിരുന്ന് സ്വർണ്ണ മത്സ്യത്തെ കറുമുറെ കടിച്ചുതിന്നുകയാണ് ബ്ലസി.

"ബ്ലസീ നീയും" പർവീൺ പറഞ്ഞുപോയി. അവിടെ കിടന്ന കമ്പെടുത്ത് അവൾ പൂച്ചയെ എറിഞ്ഞു. ബ്ലസി ഓടി രക്ഷപ്പെട്ടു.

ബ്ലസിയുടെ ദയാരഹിത നിലപാടും ഓസ്കറിന്റെ ക്രൂരതയും പർവീണിന് വലിയ ആഘാതമായി.

അടുത്ത ആഴ്ചയിൽ ടാങ്കിലെ ബാക്കിയുള്ള സ്വർണ്ണ മത്സ്യങ്ങളെ അകാരണമായി ആക്രമിച്ച് ഓസ്കർ കൊന്നു.

ഒരു ചെറുവിരലനക്കാൻ റെഡ് ക്യാപ്പോ ഗപ്പിയോ തയ്യാറായില്ല.

ആ മത്സ്യങ്ങൾ അവരവരിലേക്ക് ചുരുങ്ങുകയായിരുന്നു. അവ വഴിമാറി സഞ്ചരിച്ചുകൊണ്ടിരുന്നു.

ആനന്ദി തന്റെ പേപ്പറിൽ കുറിച്ചു. വടക്കേന്ത്യൻ സംസ്ഥാനങ്ങളിൽ അധ:സ്ഥിതരായ മനുഷ്യരെ നഗ്നരാക്കി തല്ലിച്ചതച്ച് തീ കൂട്ടി കത്തിച്ചപ്പോൾ പ്രതിഷേധിക്കാതെ ജനക്കൂട്ടം കാഴ്ചക്കാരായി മാറുന്ന ചിത്രവും ടാങ്കിനുള്ളിലെ സ്വർണ്ണ മത്സ്യത്തിന്റെ വംശഹത്യയും കൂട്ടി വായിച്ചു പോകാൻ ഞാൻ നിർബ്ബന്ധിതയാകുന്നു.

അടുത്ത ഊഴം റെഡ് ക്യാപ്പിന്റേതായിരുന്നു. ഓരോ ദിവസവും ഓരോന്നുവീതം കൊല ചെയ്യപ്പെട്ടു. ഇപ്പോൾ ടാങ്കിൽ ധാരാളം വെള്ളവും സ്ഥലവുമുള്ളതിനാൽ ഗപ്പികൾക്ക് സഞ്ചാരസ്വാതന്ത്ര്യം കൂടി അവരതിൽ ആഹ്ലാദിച്ചു. ഓസ്കറിനോട് അവർക്ക് ആരാധന തോന്നി. ഗപ്പികൾ ചലനത്തിന്റെ വേഗത കുറച്ച് ഭവ്യത നടിച്ചു.

സ്വർണ്ണ മത്സ്യത്തിന്റെ ജഡം ബ്ലസി തോണ്ടിയെടുത്ത് ഭക്ഷിച്ചതിനുശേഷം പർവീൺ മീനുകളുടെ ശവമടക്ക് നടത്തിയില്ല. ശവം കഴുകന്മാർക്ക് തിന്നാനായി നല്കുന്ന ചില മനുഷ്യജാതികളെപ്പോലെ പർവീൺ മീനുകളുടെ മൃതദേഹങ്ങൾ ബ്ലസിക്ക് നല്കി. അന്ത്യ കർമ്മങ്ങളർപ്പിക്കാതെ പകലും പാതിരാത്രിയുമെന്നില്ലാതെ ബ്ലസി അവയെ അകത്താക്കി. ബ്ലസി ഒന്ന് മിനുങ്ങിയിട്ടുണ്ട്. ബ്ലസിയെ ഇപ്പോൾ കണ്ടാൽ തലയിൽ പൂചൂടി നില്ക്കുന്ന ചില രാജകുമാരിമാരെ ഓർമ്മവരും.

ഗപ്പികളുടെ സന്തോഷത്തിന് അറുതി വരുത്തി ഓസ്കർ അസമയത്ത് അക്രമം അഴിച്ചുവിട്ടു. അവ നാലുപാടും ചിതറിയോടി. ഒരിക്കൽ പോലും ഒരുമിച്ച് തിരിഞ്ഞുനിന്നില്ല. ഓരോന്നായി മരണം വരിച്ചു.

ആനന്ദി തന്റെ പേപ്പറിൽ ശ്രദ്ധേയനായ പാസ്റ്റർ മാർട്ടിൻ നെയ്മോളറുടെ പ്രസിദ്ധമായ വരികൾ ആവർത്തിച്ചെഴുതി. 'ആദ്യം അവർ സോഷ്യലിസ്റ്റുകളെ തേടിവന്നു. ഞാൻ സംസാരിച്ചില്ല. കാരണം ഞാൻ ഒരു സോഷ്യലിസ്റ്റ് ആയിരുന്നില്ല. പിന്നെ ജൂതന്മാർക്കായി വന്നു ഞാൻ സംസാരിച്ചില്ല. കാരണം ഞാൻ ഒരു ജൂതനല്ലായിരുന്നു... ഒടുവിൽ അവർ എന്നെത്തേടി വന്നു. അപ്പോൾ എനിക്കു വേണ്ടി സംസാരിക്കുവാൻ ആരും ഉണ്ടായിരുന്നില്ല.'

മനുഷ്യാവകാശ സംരക്ഷണത്തിന് സംഘം ചേരുക എന്നല്ലാതെ മറ്റെന്താണ് പോംവഴി? ആനന്ദി നിഗമനത്തിലെത്തിച്ചേരുകയായിരുന്നു.

ബഹുനിറ മത്സ്യങ്ങളെ കൊന്നുതള്ളിയ കൂട് അഗ്നിയാളുന്ന ശ്മശാനമായി. ഓസ്കർ ശവപ്പറമ്പിന്റെ കാവല്ക്കാരനെ പോലെ മൂകനായി. ദിവസങ്ങൾ കടന്നുപോയി. പർവീൺ ടാങ്കിലെവെള്ളം മാറ്റുകയോ തീറ്റ കൊടുക്കുകയോ ചെയ്തില്ല. ടാങ്കിലേക്ക് ഒന്നു നോക്കാൻപോലും അവൾക്കായില്ല.

ബ്ലസി ഇപ്പോഴും രാപകൽ ടാങ്കിന് കാവലിരിക്കയാണ്. അഴുക്കുവെള്ളത്തിൽ തീറ്റയില്ലാതെ ഓസ്കർ മൃതപ്രായനായി കിടന്നു. മൃഗങ്ങളില്ലാത്ത കാട്ടിലെ സിംഹരാജാവിനെപ്പോലെ കിരീടം നഷ്ടപ്പെട്ട ഓസ്കർ പരിഭ്രാന്തനായി.

അതിവെളുപ്പിന് എന്തോ പൊട്ടിത്തകരുന്ന ശബ്ദം കേട്ടാണ് പർവീണും ആനന്ദിയും ഞെട്ടിയുണർന്നത്. സ്വീകരണ മുറിയിൽ നിന്നാണ് ശബ്ദം. ഓടി താഴെയെത്തി.

സ്വീകരണ മുറിയാകെ വെള്ളം. ഫിഷ് ടാങ്ക് ചിതറിക്കിടക്കുന്നു. കാലിൽ ചില്ലുകൾ കുത്തിക്കയറി. പർവീൺ വേദനകൊണ്ട് പുളഞ്ഞു. ഒരു മൂലയ്ക്ക് സ്റ്റൂളിൽ ബ്ലസി ഇരിക്കുന്നു. ജ്വലിക്കുന്ന കണ്ണുകൾ. ഓസ്കറിന്റെ തല ബ്ലസിയുടെ വായിൽ പിടയുന്നു.

നിസ്സഹായതയുടെ കരച്ചിലുകൾ അവിടെമാകെ പ്രതിദ്ധ്വനിക്കുന്നതായി ആനന്ദിക്കുതോന്നി. പർവീൺ കിടപ്പുമുറിയിലേക്ക് വേച്ചുവേച്ചു

നടന്നു. നന്നേ വിറയ്ക്കുന്നുണ്ട്. ഒരു ഉൾപ്പനിപോലെ. അവൾ എന്തോ പുലമ്പിക്കൊണ്ട് പുതപ്പുവലിച്ച് ശരീരമാകെ മൂടിക്കിടന്നു

നേരം പുലരുകയാണ്.

കിഴക്കേ മാനത്ത് ചുവപ്പ് പരക്കുകയാണ്. ആനന്ദി പേപ്പർ പൂർത്തിയാക്കി.

'ക്രൂരന്മാരായ ഏകാധിപതികൾ സ്വന്തം സൗഹൃദങ്ങളാൽ കീഴടക്കപ്പെടും. ചരിത്രം ആവർത്തിക്കുകതന്നെ ചെയ്യും. മനുഷ്യാവകാശ സംരക്ഷണത്തിന് രണ്ടു വഴികളില്ല. ഒറ്റ വഴിയേയുള്ളു. അത് കീഴടങ്ങലല്ല ചെറുത്തു നില്പാണ്. ഒറ്റയ്ക്കല്ല ഒരുമിച്ച്.'

പേപ്പർ മടക്കി ഫയലിൽ വെച്ച്, ആനന്ദി സ്വീകരണമുറി വൃത്തിയാക്കിത്തുടങ്ങി.

കൊരോതം

'ഒക്കലഹോമ'യിൽനിന്ന് മൺസൂറിന്റെ സന്ദേശം. 'മേയർ ഓഫ് ഒക്കൽഹോമ സിറ്റി ഡിക്ലയേർഡ് എ സ്റ്റേറ്റ് ഓഫ് എമർജൻസി ബിക്കോസ് ഓഫ് കൊറോണ വൈറസ്.'

മൺസൂറും കുടുംബവും യുഎസിലാണ്. അവന് ഒൻപത് വയസ്സുള്ളപ്പോഴാണ് പിതാവ് മരണപ്പെട്ടത്. കഷ്ടപ്പാടിന്റേയും ദുരിതത്തിന്റേയും തീവഴികളിലൂടെയാണ് ഭൂമിയുടെ മറുകരയിൽ അവൻ എത്തിച്ചേർന്നത്. മഹാമാരിയിൽനിന്ന് ലോകത്തെ രക്ഷിക്കണേയെന്ന് മനസ്സുനൊന്ത് പ്രാർത്ഥിച്ചു. ആ പ്രാർത്ഥനയോടൊപ്പം ഓർമ്മയിൽനിന്ന് ഖദീസുമ്മായുടെ രൂപം പടികയറിവന്നു.

"കുഞ്ഞേ, പടച്ചോനെ വിചാരിച്ച് അലോഹ്യം നിർത്ത്. അവിടുന്ന് *കൊരോതം* ഇറക്കും. ദുനിയാവ് നശിച്ച് നാറാണക്കല്ലാകും." ഖദീസുമ്മ ശബ്ദമിടറി ശാസിച്ചു. വലിയജന്മിയുടെ പുന്നാരമോളാണ് ഖദീസുമ്മ. പൊക്കം വേണ്ടത്രയില്ല. നിറവും തഥൈവ. എത്ര കയറ്റിറക്കങ്ങൾ കണ്ട കണ്ണാണത്. കരയാത്ത കരിനീലക്കണ്ണുകൾ. സർ സി പിയുടെ മൂക്കു മുറിച്ച വിപ്ലവകാലത്ത് ആയിരക്കണക്കിന് ഏക്കർ ഭൂമി വലിയങ്ങുന്നിന് സ്വന്തമായുണ്ടായിരുന്നു. പൊതുസ്ഥാപനങ്ങൾക്ക് ഏക്കർ കണക്കിന് ഭൂമി ദാനമായി നല്കിയ ഉദാരമതിയുടെ മകൾ. അതൊക്കെ പഴയകഥ.

ഖദീസുമ്മ മൂവന്തിയിൽ നിസ്കാരക്കുപ്പായത്തിൽ അസ്വസ്ഥയായി. മണ്ണെണ്ണവിളക്കുകൾ ഇനിയും തിരിനീട്ടിയിട്ടില്ല. പുറത്ത് ഇരുട്ട് കട്ട പിടിച്ചു തുടങ്ങിയിരിക്കുന്നു. കുറെ ദിവസമായി സന്ധ്യാനേരത്ത് വീട്ടിലെ പെൺശബ്ദങ്ങൾ ചിതറുന്നു. പരസ്പരം പഴിചാരി കലമുടയ്ക്കുന്നു. അവറ്റകൾക്ക് പടച്ചവനെ പേടിയില്ലാതെയായിരിക്കുന്നു. പത്തായപ്പുരയിൽ പട്ടിണി പെറ്റുകിടക്കുകയാണ്. അടുപ്പിലും പാതാം പുറത്തും

പൂച്ചയും മക്കളും പായ വിരിച്ചുകിടക്കുന്നു. എത്ര വയറുകളാ കായുന്നത്. മുതിർന്നവരും കുഞ്ഞുങ്ങളും. നാഴിയും ഉരിയയും പോലുള്ള പിള്ളേർ മൂക്കളയൊലിപ്പിച്ച് വിശന്നു കീറുകയാണ്. പരസ്പരം കലഹിച്ച് പെണ്ണുങ്ങൾ തറവാട്ടിൽ നിന്ന് 'ബർക്കത്തിനെ' പുറത്താക്കുകയാണ്. സർപ്പക്കാവിലെ ഇലഞ്ഞിയിലിരുന്ന് പുള്ളുകൾ എല്ലാം കുറിച്ചിടുകയാണ്. പലയിടത്തെ പെണ്ണുങ്ങളല്ലേ, പേരും പെരുമയും നോക്കിവന്നതാ. ദേ കിടക്കുന്നു. പൊട്ടിയ ചട്ടിയും കലവും എന്ന തരത്തിലാ കാര്യങ്ങളുടെ പോക്ക്. ഒരാൾ ഇടിയപ്പം ഞെക്കിയതാ, മൂക്കിടിച്ചുവീണു. പശപ്പച്ചരിയാ, ഞെക്കിയാൽ ഞെങ്ങുമോ? മുട്ടുതെന്നിപ്പോയി. മുട്ടുംപൊട്ടി മൂക്കുംപൊട്ടി. ചോര അരിമാവിൽ കുങ്കുമംവിതറി. മറ്റൊരാളെ പശുതൊഴിച്ചു. കാടി കൊടുക്കുകയായിരുന്നു. പിണ്ണാക്കും കഞ്ഞിയും പഴയപോലെ അവറ്റകൾക്ക് കിട്ടുന്നില്ല. ആമിനുന്റെ കൈകൂടി നക്കിത്തോർത്തുകയായിരുന്നു മച്ചിയും ഗർഭിണിയും. നിറവയറുകാരി പുള്ളിപ്പശുവിന് നല്ലക്ഷീണമുണ്ട്.

"എന്റെ ഒരു തലേവരേ, വലിയ കൃഷിക്കാരാണന്നാ കേഴ്‌വി. തേങ്ങാവെട്ട് വേറെ. അന്വേഷിക്കാതെയാ ഇങ്ങോട്ട് കെട്ടിയെടുത്തേ" മരുമോള് ആമിനു ചാണകക്കുഴിയിൽനിന്ന് നീന്തിക്കയറി.

ചിട്ടിക്കടത്തിന് വിറ്റും പലിശ കൊടുത്തുമുടിഞ്ഞും തേച്ചുവാരിയിരിക്കുകയാണ് തറവാട്. കുറെ വസ്തുക്കൾ നടത്തിപ്പുകാരൻ വക്കീല് കൈക്കലാക്കിയിരിക്കുന്നു. അയാൾക്ക് ഇംഗ്ലീഷ് അറിയാമായിരുന്നു. ഇവിടുത്തെ മൂപ്പിലാൻ നേരുവിട്ട് ഒന്നും ചെയ്യില്ലത്രേ.

സന്ധ്യക്ക് കിഴക്കേ പറമ്പില് ഒരു കശപിശ. കേശവന്റെ പുരയിടത്തിലെ നാല് തൂമ്പാ മണ്ണ് പണിക്കാരൻ വാസു വേലകേറുന്ന നേരത്ത് വെട്ടി അഹമ്മദ് മേത്തരുടെ വസ്തുവിലേക്ക് ഇട്ടിരിക്കയാണ്. കേശവൻ കലിതുള്ളി നില്ക്കയാ. ലേശം അകത്താക്കിയിട്ടുമുണ്ട്.

"ഇതിലും നല്ലത്..." അയാൾ പൂരിപ്പിച്ചില്ല. "നാണമില്ലേ മേത്തരേ എന്റെ മണ്ണ് കോരിയെടുക്കാൻ. മാന്യനാണുപോലും. ഫൂ, താനൊക്കെ എന്തിനാ കൂടെക്കൂടെ കമഴ്ന്ന് വീഴുന്നത്. നോമ്പെന്ന് പറഞ്ഞ് വെട്ടിവിഴുങ്ങുന്നത്?" കേശവൻ വിലസുകയാണ്. മേത്തര് കമാന്ന് മിണ്ടിയില്ല. കേശവന് അരിശം കാടുകയറി.

"കുറെ നേരമായല്ലോ ഞാൻ പറഞ്ഞിട്ട് ഇയാളെന്താ 'മിർങ്ങശ്യാ' എന്ന മട്ടില് നില്ക്കുന്നേ. തനിക്ക് പൊട്ടുണ്ടോ? എന്തെങ്കിലുമൊന്ന് പറകാക്കാ" ഇതെന്തു കൂത്ത്! മേത്തര് വാ പൊളിച്ചു. പുകയിലക്കറ വീണ പല്ലുകളാണ്. കരപ്പാടത്ത് എള്ള് കൃഷിയുണ്ട്. എള്ള് ചക്കരപ്പാനിയിൽ ചേരുംപടി ചേർത്ത് ഉണ്ടയാക്കി വച്ചിട്ടുണ്ട് ഖദീസുമ്മ.. മേത്തർക്ക് അതുവേണ്ട, എള്ള് മാത്രം മതി. എണ്ണയിറ്റുവീഴുന്ന അഴകാണ് മേത്തരുടെ മേനിക്ക്.

മേത്തര് സസ്യഭുക്കാണ്. മത്സ്യമാംസാദികളോട് പ്രിയമില്ല. പ്രത്യേകിച്ച് മാംസത്തോട്. വലിയപെരുന്നാളിനും കൊച്ചുപെരുന്നാളിനുമാ ഇറച്ചി വാങ്ങാറ്. അസമയത്താണ് കൊച്ചുപെരുന്നാള് ഉറ

പ്പിക്കുന്നത്. കാപ്പാട് കടപ്പുറത്തോ, വിഴിഞ്ഞത്തോ പിറ കാണണം. ഒരിക്കൽ അരൂര് കണ്ടന്ന് ആരോ പറഞ്ഞു. അതിനു വകുപ്പില്ലെന്ന് സൈനുദ്ദീൻ മൊല്ലാക്ക തറപ്പിച്ചുപറഞ്ഞതിനാൽ ആ പിറ പിറക്കാതെ പോയി. യൂനിസിക്കായുടെ ചായക്കടയിലാണ് പെരുന്നാള് പ്രഖ്യാപിക്കുന്നത്. ഒരു പുരുഷാരം ഇറച്ചി വാങ്ങാൻ കൊട്ടകളും വട്ടികളുമായി ചായക്കട വളഞ്ഞിട്ടുണ്ടാകും. ഫോൺ യൂനിസിക്കാക്ക് മാത്രമേയുള്ളൂ. നാല്പ്പത്തിയൊന്നാ നമ്പര്. വലിയപവറാ. ഇക്കായ്ക്ക കൈ പൊക്കിക്കാണിച്ചു. തക്ബീർ മുഴങ്ങി. പോത്തിന്റെ പിടച്ചിൽ കേൾക്കാം. ഇറച്ചി തൂക്കിക്കൊടുക്കും. പെരുന്നാളിന് ഇറച്ചി ചെറുതായി അരിഞ്ഞുകൊടുക്കില്ല, സമയമില്ലാഞ്ഞിട്ടാ. ഇറച്ചി ഉമ്മമാര് കഷണിക്കുമ്പോൾ പിള്ളേര് കാവലിരിക്കും. കറുമ്പി പൂച്ച വീടിന് ചുറ്റും കരഞ്ഞുനടക്കും. പക്ഷേ, മേത്തർക്ക് ഇറച്ചിവേണ്ട. കൈ ഒറോട്ടിയും പാലും പഞ്ചസാരയുമാ ഇഷ്ടം. പാളേംകുടം പഴം കൂടിയായാൽ കുശാൽ.

കേശവൻ വീണ്ടും പുലഭ്യം പറഞ്ഞു.

"നിങ്ങൾക്ക് നാണമില്ലേ അതിരു മാന്താൻ?"

മേത്തര് ചിന്ത വിട്ടുണർന്നു. കാവിലെ ഇലഞ്ഞി മരത്തിലേക്ക് വെറുതെ കണ്ണോടിച്ചു. പുള്ളുകൾ പറന്നുപോയിട്ടില്ല.

"അല്ല കേശവാ നീ പറഞ്ഞതത്രയും എന്നെ ആയിരുന്നുവോ? ഞാൻ കരുതി മറ്റാരെയെങ്കിലുമായിരിക്കുമെന്ന്. എനിക്ക് നിന്റെ മണ്ണു വേണ്ട. അന്യന്റെ മൊതല് അനുവാദമില്ലാതെ എടുക്കുന്നത് ഹറാമാണെന്നാ ഞാൻ പഠിച്ചിരിക്കുന്നേ. ഹറാമായ മൊതല് തിന്നാൽ കൊരോതം ഇറങ്ങും. എന്റെ തൂമ്പാക്കാരന്റെ പണിയാ, നിന്നെ ചുമ്മാ ചൊടിപ്പിക്കാൻ. കേശവന് ആവശ്യമുള്ള ഭൂമി എടുത്തോ, എവിടെ വേണമെങ്കിലും പത്തലിട്ടോ, വേലി കെട്ടിക്കോ."

കേശവൻ അഹമ്മദ് മേത്തരെ കെട്ടിപ്പിടിച്ചു.

മേത്തര് കുളത്തിൽനിന്ന് 'വുളുവ്' എടുത്ത് തറവാട്ടിലേക്ക് കയറിപ്പോയി. മഗ്‌രിബ് 'ഖളാ' ആകുന്നതിന് മുൻപ് കുനിഞ്ഞുവീഴണം.

കൈകെട്ടാൻ നേരത്താ ഖദീസുമ്മാടെ ശകാരം കേട്ടത്.

"പടച്ചോന്റെ ബാഗത്തൂന്ന് കൊരോതം ഇറങ്ങും. സൂക്ഷിച്ചോ പെണ്ണുങ്ങളേ."

"ഖദീസു, സന്ധ്യാനേരത്ത് വേണ്ടാത്തതൊന്നും എഴുന്നള്ളിക്കാതെ. അതുക്കങ്ങള് 'വന്നക്കം' പറയുമ്പോ നീയെന്തിനാ പിരാകുന്നേ. വന്നക്കം പറഞ്ഞെങ്കിലും അവറ്റകള് സമാധാനിക്കട്ടെ."

നാട്ടിലാകെ കൊരോതം ഇറങ്ങിയ വിവരം പാതിരാപ്പാട്ടുകാർ ദഫ് മുട്ടി വിളംബരം ചെയ്യുന്നു. വസൂരി പടർന്നു പിടിച്ചിരിക്കയാ. എന്താചൂട്. മഴ പെയ്യുന്ന ലക്ഷണമില്ല. മാവും മരങ്ങളും കരിഞ്ഞുനില്ക്കുന്നു. കുളത്തിലിറങ്ങി കുടത്തില് വെള്ളം മുക്കിയെടുത്ത് മേലു നനയ്ക്കേണ്ട സ്ഥിതിയാണ്.

നാലുമക്കളെ വേനലവധിക്കാലത്ത് ഒരുപോലെ 'മാർക്കം'

ചെയ്തിട്ടിരിക്കയാണ്. പിള്ളേര് പേടിച്ചു കൂവുന്നത് മാലോകരറിയാതിരിക്കാൻ മൗലിദ് ഓതും. കരച്ചിലിന് അനുസരിച്ച് മുസ്ലിയാക്കന്മാർ പാരായണത്തിന്റെ ഈണംമാറ്റും. പിന്നത് ശബ്ദം മാത്രമാകും.

'യാ നബി സലാം അലൈക്കും
യാ ഹബീബ് സലാം അലൈക്കും...'

നാട് മുഴുവൻ നടന്നാണ് ചിലരെ പിടിച്ചത്. ഒരു വിദ്വാൻ വൈക്കോൽ തുറുവിന്റെ കീഴെ പാത്തിരുന്നു. മൂന്നാലുരാത്രികളായി പേടിച്ച് ഉറങ്ങിയിട്ടില്ല, മയങ്ങിപ്പോയി.

ഒത്തിരിപ്പേര് മാർക്കം കാണാൻ വന്നിരുന്നു. ഏത്തപ്പഴം, മുട്ട, അരിപ്പൊടി, പഞ്ചസാര, വറുത്തത്, കരിച്ചത് ഒക്കെ കൊണ്ടു വരുന്നുണ്ട്. അലവി മാമായാണ് കോഴിക്കോടൻ വെള്ളലുവ കൊണ്ടുവന്നത്. മാമാടെ മാമി കല്ലായിപ്പുഴയിലാണ് കുളിച്ചു വളർന്നത്. മാമാടെ മോള് സൈനബ വാതിലിനടുത്തുവന്ന് എത്തിവലിഞ്ഞു നോക്കി. മാർക്കക്കാര് ചരിഞ്ഞു കിടന്നു. സൈനു മുഖം പൊത്തി ഓടിമറഞ്ഞു.

നാലാംനാൾ മാഹീന്റെ നെറ്റിയിൽ ഒരു ചെറിയ കുരു കണ്ടു. പിറ്റേ ദിവസം ദേഹമാസകലം പൊങ്ങി. വല്ലാത്ത വേദന. ഖാദറിനും അസ്ലമിനും അദ്റുവിനും പൊങ്ങി. പലരും സ്ഥലംവിട്ടു. ഉമ്മ എങ്ങും പോയില്ല. ഉമ്മമാർക്ക് പോകാനാവില്ലല്ലോ. അവർ പേടിയില്ലാതെ ഉറക്കമൊഴിച്ചു. ഖദീസുമ്മ നിസ്കാരപ്പായയിൽ സദാ ഇരുന്നു. ഒസ്സാൻ സൈനുലാബ്ദീൻ വന്നും പോയുമിരുന്നു.

"ഹോജ രാജാവായ തമ്പുരാനെ, അറിവില്ലാ പൈതങ്ങളാ, അവറ്റകളെ കാക്കണേ. കൊരോതം ചോദിച്ചു വാങ്ങിയത് പെണ്ണുങ്ങളാ. മഗ്രിബ് നേരത്ത് വഴക്കുണ്ടാക്കിയപ്പോഴേ ഞാൻ പറഞ്ഞതാ, നിന്റെ ഭാഗത്തൂന്നും കൊരോതമിറങ്ങുമെന്ന്. പൊറുക്കണേ. നീയല്ലാതെ ആരാ ഞങ്ങൾക്ക് കാവല്? ഇനിയാവർത്തിക്കില്ല, ബദ്രീങ്ങളാണെ സത്യം. ഇത്തവണകൂടി പൊറുക്ക്" ഖദീസുമ്മ കൈകളുയർത്തി.

"ബീമാപ്പള്ളിയിലേക്ക് നേർച്ച കൊടുക്കാം. അജ്മീരിലേക്ക് പട്ടും തിരിയും കാശും എത്തിക്കാം. റാത്തീബും നടത്താം. യാ റബ്ബുൽ ആലമീനായ തമ്പുരാനേ."

ഖദീസുമ്മ സ്വലാത്ത് ചൊല്ലി ദുആ അവസാനിപ്പിച്ചു.

അഹമ്മദ്മേത്തർ പറഞ്ഞു. "വീട്ടിലുള്ളവര് പരസ്പരം തമ്മിൽ തല്ലിയാൽ വീട്ടിൽ കൊരോതമിറങ്ങും. നാട്ടിലുള്ളവർ കലഹിച്ചാൽ നാട്ടിലും കൊരോതം വരും. കണ്ടില്ലേ മഹാമാരികള്, കോളറ, വസൂരി. എല്ലാം കൊരോതമാ. കൊടുങ്കാറ്റും ഭൂമി കുലുക്കവും കൊരോതമാ. കിയാമത്ത് നാളിൽ ലോകമാകെ കൊരോതമിറങ്ങും. വില്ലാളി വീരന്മാർ വരച്ച വരവിട്ട് പുറത്തിറങ്ങില്ല. പേടിച്ച് കുണ്ടിലൊളിക്കും. പടച്ചോന്റെ പേരിൽ തമ്മിൽത്തല്ലിയാൽ നമ്മടെ പള്ളികളിൽ നിന്ന് വിളിച്ചു പറയും.

'സ്വൊല്ലു ഫീ രിഹാലിക്കും ...'

പള്ളികളിലേക്ക് നിങ്ങൾ വരണ്ടാ. വീട്ടിൽ നമസ്കരിച്ചോളൂ എന്ന്.

'ഇന്ദുവിന്റെ' അമ്പലത്തിൽനിന്ന് മണികേൾക്കാതെ വരും. നസ്രാണികളുടെ പള്ളികളിലെ കുമ്പസാരക്കൂടുകൾ പാപികളെ കിട്ടാതെ ചത്തുപോകും. തെരുവുകൾ വിജനമാകും. മനുഷ്യര് ജാതി നോക്കാതെ ആൺ പെൺ തിരിയാതെ നീളക്കുപ്പായം ധരിച്ച് കണ്ണു മാത്രമായി നടക്കും. ഉമ്മമാർ ഉമ്മ കൊടുക്കാനാവാതെ വിങ്ങിപ്പൊട്ടും. ലൈൻ ബസുകളില് കുട്ടികള് തലപ്പന്ത് കളിക്കും. ബീമാനങ്ങൾ ചെറക് നഷ്ടപ്പെട്ട് കിടക്കും. ഓർക്കണം, ദുനിയാവ് ശാശ്വതമല്ല. മനുഷ്യന്മാരെ തമ്മിൽ തല്ലിക്കുന്ന ഭരണാധികാരികൾക്കും പാവപ്പെട്ടവന്റെ വിശർപ്പ് വിറ്റ് കാശാക്കുന്ന മുതലാളിമാർക്കും മുന്നറിയിപ്പാ കൊരോതം. മേല് മറയ്ക്കാതെ, നെഞ്ച് കാണിച്ചുനടക്കുന്ന ലവളുമാർ മൂടിപ്പുതച്ചു നടക്കും, പിന്നെ കിടക്കും. പടശ്ശോൻ ആരാ പുള്ളി! മണ്ണിനും പെണ്ണിനും വേണ്ടി കടിപിടി കൂടുന്നവർക്ക് ഇത് മനസ്സിലാകുമോ?" മേത്തര് ശ്വാസം വലിച്ചുവിട്ടു.

"ഖദീസു എല്ലാരേം വിളിക്ക്, എറായത്ത് ഇരുത്ത്. വിളക്കിന് ചുറ്റുമിരിക്കാൻ പറ. പെണ്ണുങ്ങളും ഒപ്പം ഇരുന്നോട്ടെ. ആപത്ത് കാലത്ത് എല്ലാരും ഒന്നിക്കുന്നതാ നല്ലത്. ആൺ പെൺ വ്യത്യാസം വേണ്ട. വലിപ്പച്ചെറുപ്പം വേണ്ട. നിലവിളക്ക് കത്തിച്ച് അറവാതുക്കൽ വെച്ചോളൂ. വെട്ടം കൂടുതൽ വേണം. ബിസ്മി കൊണ്ട് തുടങ്ങ്. ബദ്രീങ്ങളെ തവസ്സുലാക്കി ചൊല്ലാം. ഇത്തിരി ചക്കരക്കഞ്ഞി വെയ്ക്കാൻ കാർത്ത്യായനിയോട് പറ."

ഖദീസുമ്മാ, കേട്ടു. "നിങ്ങള് ഓതിക്കോ ഞാൻ കഞ്ഞി ശരിയാക്കാം. ആമീൻ പിടിക്കാൻ നേരത്ത് ഞാനും വരാം." കാർത്ത്യായനി അടുക്കള വാതുക്കലെത്തി.

'ബിസ്മിയും ഹംദും സലാത്തും
വിണ്ടതീയിൽ പിന്നെ
വെന്തുരുകും ചിന്തയിൽ
ദുആ ഇരന്നിടുന്നേ...'

ഭൂമിയാകെ വസന്തം നിറയാൻ ആകാശത്തേക്ക് അവർ കൈകളുയർത്തി.

www.ingramcontent.com/pod-product-compliance
Lightning Source LLC
LaVergne TN
LVHW040820051026
849519LV00007BA/2688
9789390301980